പ്രണയദളങ്ങൾ പരാഗങ്ങൾ

INSIGHT PUBLICA®

Nadakkavu, Kozhikode, Kerala, 673011
www.insightpublica.com
e-mail: insightpublica@gmail.com
Title: **Pranayadalangal Paragangal**
(MalayalamPoem)
Author: **Rajan CH**
Cover Design: **KJVJ**
First Edition: February 2022

Printed and Published by
InsightinPublica Printers & Publishers Pvt. Ltd.
ISBN 978-93-5517-016-3
₹ 239

പ്രണയദളങ്ങൾ പരാഗങ്ങൾ

രാജൻ സി എച്ച്

INSIGHT PUBLICA

കണ്ണൂർ ജില്ലയിൽ മയ്യഴിപ്പുഴത്തീരത്തിൽ ഒളവിലത്ത് ജനിച്ചു. ഇപ്പോൾ കുത്തുപറമ്പ് നരവൂരിൽ താമസം.

ഭാര്യ: റീന കെ കെ

മക്കൾ: അപർണ രാജ്, അഭിജിത്ത് രാജ്.

പ്രസിദ്ധീകൃതമായ കവിതാ സമാഹാരങ്ങൾ: *വിപരീതം, കാഴ്ച്ചക്കെട്ട്, മറന്നു വച്ചവ, ഉൾവരികൾ, ആൽബം, പാഴ്നിഴൽക്കുത്ത്, സമവാക്യം, അവൾ ഇവൾ മറ്റവൾ, ഏകാദശി നോറ്റ കാക്ക, മഴ മാത്രമായ് മഴ, ഒറ്റച്ചിലപ്പ്, പൂവുകൾക്ക് ചായം പൂശുന്നവൻ, കള്ളനമ്മാവൻ* (കുട്ടികൾക്കുള്ള കവിതകൾ)

രാജൻ സി എച്ച്

പ്രണയദളങ്ങൾ

ദളം: 1

നക്ഷത്രമെല്ലാ_
മടങ്ങിയ രാവതിൽ
നിശ്ശബ്ദത കൊടി_
താഴ്ത്തിയ വാതിലിൽ
എത്തിനോക്കുന്ന
നിഴലിനു സാക്ഷിയായ്
കെട്ടിപ്പിടിച്ച
നിലാവെന്നു തേടി ഞാൻ
നിത്യവും നിൻ പടി_
വാതിൽക്കലോളമെൻ
സ്വപ്നപാദങ്ങളാൽ
മണ്ണിൽച്ചവിട്ടാതെ
എത്തുമ്പോഴേക്കും
വെളുത്തു പോകും പകൽ
പെട്ടെന്നുണർന്നു പോകും
ലോകമത്രയും.

ദളം: 2

ചുംബനങ്ങളിൽ സപ്ത_
മുദ്രകൾ,മൃദുലമാ_
മുള്ളറകളിൽ നറും
ചന്ദനലേപാമൃതം.
കണ്ണുകളടഞ്ഞു പോം
കാവ്യചിത്രമായ്,സൗമ്യ_
മെന്നെ നീ മോഹാവേശ_
നാക്കുവാനെന്തീ വിധം?

ദളം: 3

മുള്ളുകൊണ്ടതായ് മുഖം
താഴ്ത്തിയോ,യെൻ നേർക്കു നീ
കണ്ണുകൾ പൂവമ്പെയ്തു
വിവശം തിരിയുമ്പോൾ
എയ്യുവാൻ മറന്നു ഞാൻ
കൂർത്തൊരെൻ കാടത്തത്തെ,
എങ്ങു മാഞ്ഞുപോയ് പിൻചെ_
ന്നലഞ്ഞ മാൻപേടകൾ?
ആരുടെയമ്പാണിപ്പോൾ
കേവലാനന്ദത്തിന്റെ
പ്രാണവില്ലതിൽ വിറ_
ക്കൊള്ളുവാൻ പ്രണയമേ?

ദളം: 4

പാതി ചാരിയ പടി_
വാതിലിൻ ചാരെ,കാണാ_
പാതിരാഷ്ട്ടാരോ കാതിൽ
കാതരം വീർപ്പിട്ടുവോ?
മൂകമായാടീ നിലാ_
വേകയായ് കാറ്റിൽ,നീറും
വേദനയമർത്തിയ
പാതിരാത്തിരി നാളം.
പതിയെ പൃകമാത്രം
സ്ഖലിക്കും ചെരാതായി
പകരക്കാരൻ ആട്ട_
മാടിപ്പിൻമടങ്ങുമ്പോൾ
ചിരസ്ഥായിയാം ചിരി
മായാതെ കാക്കും നാട്ടു_
വെളിവായ് ചിരന്തന_
വിരഹാതുരൻ കാലം.

ദളം: 5

വാക്കു കൊണ്ടു നീയെനിക്കു
പൂവിറുത്തു തന്നുവോ?
നോക്കു കൊണ്ടു ഞാൻ നിനക്കു
പൂവിറുത്തു തന്നുവോ?

പൂക്കളൊക്കെ നമ്മിലാ_
ണെന്നു നീയറിഞ്ഞുവോ?
പൂത്തതൊക്കെ നമ്മളാ_
ണെന്നു ഞാൻ പറഞ്ഞുവോ?

പൂത്ത നേരമൊക്കെ നമ്മൾ
പൂ ചൊരിഞ്ഞിരുന്നുവോ?
പൂത്തതൊക്കെവാടി വീണ_
തെപ്പൊഴെന്നറിഞ്ഞുവോ?

പൂത്തതല്ല നമ്മളെന്ന
സത്യമാരറിഞ്ഞിടാൻ?
പൂത്തിരിക്കാൻ നമ്മളും
കൊതിച്ചതാരറിഞ്ഞിടാൻ?

പൂത്തതായി നമ്മളും
കഴിഞ്ഞകാലമോർത്തിടാം.
പൂത്തിരിക്കാൻ മാത്രമായ്
കൊഴിഞ്ഞതെന്നുമോർത്തിടാം.

ഞാൻ നിനക്കു നീയെനിക്കു
പൂവിറുത്ത കാലമേ
നാമറിയാതുള്ളിലും

നിറഞ്ഞു പൂത്ത രാഗമേ

കള്ളമാണതെങ്കിലും
കിള്ളി നമ്മൾ നേരിട്ടും.
അത്രമാത്രമാണു പൂത്ത_
തിഷ്ടകാല നോവുകൾ.

ദളം: 6

പൂവിനെ ലാളിക്കുന്ന
നിന്റെ കൈകളിൽച്ചോര_
പ്പൂവുകൾ വിടർത്തിയ
മുള്ളിനെയറിഞ്ഞു ഞാൻ.
അധരം പരസ്പരം
നുകരും പ്രണയമേ,
മധുരം മുള്ളോ പല്ലോ,
ഹൃദയം ചോരപ്പൂവായ്.

ദളം: 7

മഴയായിയെന്നെന്നിൽ
മയിലായി വന്നു നീ
മതിമോഹനൃത്തമാടുമ്പോൾ
മഴയാകുവാനില്ല_
യെന്നു ഞാൻ കൺകളിൽ
മഴമേഘമായി നിൽക്കുമ്പോൾ
ഒരു സ്പർശമായാരോ
വിരഹസന്ധ്യാംബരേ
ഹൃദയാന്തരത്തിൽ മീട്ടുമ്പോൾ
അരുതാതെയൊരു തുള്ളി
യടരുമ്പോലെൻ നെഞ്ചിൽ,
അതിലലിയുന്നു ഞാൻ, നീയും.

ദളം: 8

മഴയിലൊരു കിളി
ചിറകു കുടയുമ്പോൾ
വെറുതെ നിന്നോർമ്മകൾ
കുടയുന്നുവോ മനം?
ചിതറും ജലശീക_
രങ്ങളിൽ മഴവില്ലായ്
തെളിയുന്നുവോ നില_
വിട്ടെന്നോ മറന്നവ?
മറക്കാനാവാം ധൃതി_
യെന്നാലോ മറന്നവ
മനസ്സിലൊളിഞ്ഞവ
തെളിയാതിരുന്നവ
മഴയിൽക്കുടയുന്ന
ചിറകിൽ മഴയായി
ചിതറിപ്പരക്കുന്നോ
ജന്മവിസ്മൃതികളിൽ?

ദളം: 9

ഒറ്റയ്ക്ക് നിൽക്കുന്ന കുന്ന്.
അതിൻ തെറ്റത്ത് നിൽപ്പാ_
ണനങ്ങാതെ പൂമരം.
കാറ്റിലിളകാത്തതെന്തേ,
മഴച്ചാറ്റിൽ നനയാതൊരേ
നിൽപ്പായ് പൂമരം.
ഞാനാണതെന്നു തോന്നീട്ടും
പലപ്പോഴും നീയാണതെന്നൊരേ
ധ്യാനമായ് പൂമരം.
കണ്ടതു നിന്നെയാണെങ്കിൽ
കാണാക്കണ്ണുമായ് ഞാനായി
മോഹിപ്പൂ പൂമരം.
എത്രയേകാന്തമെന്നുള്ളം
അതിൽ സ്വപ്നച്ചിറകിലായ്
നീയാകും പൂമരം.

ദളം: 10

എന്തോ പറയുവാ_
നുണ്ടെന്നപോലന്തി
തന്മുഖം താഴ്ത്തി
നിൽക്കുന്നു.
ഒന്നും പറയുവാ_
നാവാതെ രാ നിഴൽ
നെഞ്ചകം പൊത്തി
വിങ്ങുന്നു.
എല്ലാം പറഞ്ഞു
കഴിഞ്ഞതായ് കാറ്റുകൾ
തെന്നിയലഞ്ഞു
പാറുന്നു.
എന്തോ പറഞ്ഞുവോ
എന്നു കൺചിമ്മുന്നു
ചന്ദ്രതാരങ്ങളും
രാവും.
ഒന്നും പറയാതെ
നിന്നു നാ,മെങ്കിലും
ഉള്ളിൽത്തുളുമ്പീ
പ്രപഞ്ചം.

ദളം: 11

പാഴ്മരം തുറ്റിട_
ത്തുർന്നൊരാകാശം.
പാഴിലമൂടി_
ക്കമിഞ്ഞ പാത്താര.
പാതയിലാകെ നിൻ
പാദസരം വീണു
തെന്നിത്തെറിച്ചാ_
ണിളവെയിൽച്ചില്ലുകൾ.
എങ്കിലും പാടുന്നൊ_
രേകാകിയാം പ്രാണ_
മന്ത്രണം പോലൊരു
തുമ്പിച്ചിറകടി.
എത്രയേകാന്തമാ_
ണെന്റെ പ്രേമം,വഴി_
വക്കിലിഴയുന്ന
പാഴരഗം.

ദളം: 12

അകത്തെ ചെടിച്ചട്ടി_
ക്കുള്ളിലെപ്പൂവായ് നീയും.
വെറുതെ വിരിഞ്ഞതായ്.
വെറുതെ ചിരിച്ചതായ്.
മണമൊക്കെയുമുള്ളിൽ
ഒതുക്കിപ്പിടിക്കിലും
കതകൊന്നീറൻ കാറ്റിൽ
മാറിയാൽ,ശ്വസിച്ച നീ.
വെയിൽ കൊള്ളാതെ,നീല
മുകിൽ കാണാതെ,നിലാ_
വലിയും നിമിഷത്തെ
തന്നിലേയാവാഹിച്ച്.
വിരിഞ്ഞാൽ കൊഴിയേണ_
മെന്നല്ലോ,കൊഴിയാതെ_
യുണങ്ങിക്കിടന്നെത്ര
ചെടി തൻ ഹൃദയത്തിൽ!
പ്രണയ,മിതു പോലെ_
ന്നുള്ളിലാ,ണതിനെ ഞാൻ
പുറം കാട്ടുകിലാരാ_
നിറുത്തു മറഞ്ഞാലോ?

ദളം: 13

മത്സ്യത്തിൽ ജലം,തുമ്പി_
ച്ചിറകിൽ വായു,പൂക്കാ_
മരത്തിന്നിലകളിൽ
മണ്ണിന്നാർദ്രമാം മൗനം.
നിന്നിൽ ഞാൻ വിക്കും പ്രാണ_
വിസ്മയ,മെന്നിൽ നീയോ
വൻ തിരമാലച്ചിറ_
കുയർത്തും മഹാകാശം.
നിഷ്പ്രഭം സൂര്യൻ,സൂര്യ_
കാന്തി തൻ പീതാധരം.
ദുസ്തരം ശൂന്യാകാശ_
സന്നിഭം സ്നേഹാശ്ലേഷം.
മർക്കടമെന്നേ ഭ്രാന്ത_
കൽപന,യതിൻ തോളി_
ലുൽക്കടോത്സാഹം കുതി_
ച്ചൊന്നു ചേരുമാ യാനം.
കണ്ണുകൾ തുറന്നാലും
കാലമേ,കണ്ണീരിനാ_
ലുണ്മയെയറിയുവാൻ,
പ്രണയം മൃതിയെന്നോ?

ദളം: 14

പണ്ടു നമ്മൾ നടന്ന വഴികളിൽ
ചെണ്ടുമല്ലികൾ പൂത്തദിനങ്ങളിൽ
കണ്ടിരുന്ന കണ്ണാംശലഭങ്ങളെ
വിണ്ണിനന്തമെഴാത്തതാമോർമ്മയിൽ.
തൊട്ടുതൊട്ടു പറന്നുപോകുമ്പൊഴേ
തൊട്ടിരിക്കാൻ കൊതിച്ചേയിരുന്ന നാം.
തൊട്ടതില്ല നാം,എങ്കിലും കാലമോ
തൊട്ടുണക്കിയ പാഴ്ച്ചെടിത്തണ്ടുകൾ.
ഒക്കെയും ചെണ്ടുമല്ലികളായവ
ഒത്തുണങ്ങിയ മണ്ണിത് മൂടിയോ
തൊട്ടുപോയാൽ നഖമാത്തമോർമ്മയിൽ
തൊട്ടാവാടികൾ തൊട്ടമുറിവുകൾ?

ദളം: 15

പ്രണയിച്ചതാണെന്നു തോന്നി,കാണാ_
മുറിവാകും ചിരിയെന്നു തോന്നി.
ഉടലഴിഞ്ഞൊന്നെന്നു തോന്നി,സ്വപ്ന_
ച്ചിറകിലാണലകെന്നു തോന്നി.
പറയുവാനാവാത്തതെന്തോ കനം
നിറയുന്ന നെഞ്ചെന്നു തോന്നി.
നിറയുവാനാവാത്തതെല്ലാം ശ്വാസം
വിറയുമുടലെന്നു തോന്നി.
വെറുതെയിരിപ്പെന്നു തോന്നി, മനം
നിറയുമൊരാളിലായ്ത്തോന്നി.
കരയുന്നതാണെന്നു തോന്നി, ധ്യാനം
വഴിയുമാനന്ദമായ്ത്തോന്നി.
ഇഹപരം വിട്ടതായ്ത്തോന്നി, ആത്മ_
ലയസുഖമാർന്നതായ്ത്തോന്നി.
മതിഭ്രാന്തരൂപമായ്ത്തോന്നി, നഗ്ന_
ലയരാഗപ്രണവമായ്ത്തോന്നി.

ദളം: 16

അപ്പൊഴേക്കുമടങ്ങും
നമ്മിൽപ്പെയ്ത
കണ്ണുനീരും ചിരിയും വിലാപവും.
അപ്പൊഴേക്കും മറക്കും
മുറിവിൽ നാം
മുത്തിവെച്ചതാമുമ്മയും രാഗവും.
അപ്പൊഴേക്കും നിലയ്ക്കും
കണ്ഠത്തിൽ നാം
കെട്ടി നിർത്തിയ ശ്വാസനിശ്വാവും.
അപ്പൊഴേക്കുമടക്കും
അഹന്തയിൽ
കെട്ട നേരും പൊരുളും പ്രപഞ്ചവും.
അപ്പൊഴേക്കും അടരും
ഉടൽ തീർത്ത
പഞ്ചഭൂതപ്രേതാത്മക യൂഥവും.

ദളം: 17

നീയൊരു പൂവായ് വിരിഞ്ഞാൽ,
നിനക്കാവില്ല തേനായ് നുരയ്ക്കാൻ.
നീയൊരു പൂമ്പാറ്റയായാൽ,
നിനക്കാവില്ല പാറിപ്പറക്കാൻ.
നീയൊരു രാഗമായ്ത്തീർന്നാൽ,
നിനക്കാകുമോ പാട്ടായി മാറാൻ?
നീയൊരു മൂങ്ങയായ് രാവിൽ,
ഇല്ല മൂളാനനിഷ്ടങ്ങളൊന്നും.
നീയൊരു നീയായ് തുടുത്താൽ
നിനക്കാകുമോ സ്നേഹമായ്ത്തീരാൻ?

ദളം: 18

അടരും പൂവിന്നുള്ളി_
ലെപ്പോഴുമൊരുസ്വപ്നം
വിടരാനിരിപ്പുണ്ടാം.
കൊഴിയും പ്രണയത്തി_
ലെപ്പോഴുമൊരു ജന്മം
എരിഞ്ഞു ശ്വസിപ്പുണ്ടാം.
നിറയും മൗനത്തില്വ_
മെപ്പോഴുമൊരു സ്വരം
മുഴങ്ങുന്നുണ്ടാമുച്ചം.
വരളും ജീവന്നുള്ളി_
ലെപ്പോഴുമൊരു കടൽ
അലച്ചു ശമിപ്പുണ്ടാം.
മറക്കും ഓർമ്മക്കുള്ളി_
ലെപ്പോഴുമൊരു മിന്നൽ
നീയായി മിടിപ്പുണ്ടാം.

ദളം: 19

പുഴയിൽ നുരച്ചിരി.
പൂക്കളിലൊളി ചിരി.
വെയിലായ് നിഴൽച്ചിരി.
വെളിവായ്യൂറും ചിരി.
ചിരിക്കാൻ മറന്നൊരെ_
ന്നോർമ്മകൾ നോവും ചിരി.
മറവിക്കുള്ളിലോർമ്മ
പെയ്യുന്ന നിലാച്ചിരി.
നീ ചിരിക്കയാൽ വാനം
വാനമല്ലാതായ്,കാറ്റിൽ
നീയറിയാതെ മൗനം
ചിരി തൻ സംഗീതമായ്.
നിൻ പാദസരം നീളും
വഴിയെ ചിരിയാക്കി.
നിൻ വഴിയാകെ കിളി_
ച്ചിരി സിംഫണിയായി.
എങ്കിലുമുന്മാദിയാ_
ണെന്നെന്നെ വിധിച്ചു നീ.
നിൻ ചിരി നിലയ്ക്കായ് വാ_
നെപ്പോഴും ചിരിപ്പൂ ഞാൻ.

ദളം: 20

നിന്നെ മാത്രമായ്
ധ്യാനിക്ക കാരണം
അന്നോളമുണ്ട
കയ്പ്പും മധുരമായ്.
നിന്നിലേക്കേ_
യിഴഞ്ഞ ദൂരം കാണാ_
ജന്മദുസ്തര_
സങ്കടമൊക്കെയും
ഞാനറിയാതെ_
യേതബോധത്തിന്റെ
കൂട്ടിലെന്നെ_
യടക്കി വിമൂകമായ്?
ധ്യാനമാണഭി_
കാമ്യമെന്നോ,ശിഷ്ട_
കാലമങ്ങനെ
രാഗാതുരം, ശമം.
പാഴ്പ്പുഴവെ_
ന്നിനിയാർ ഹസിക്കുവാൻ,
പൂർണതേ,യുട_
ലാർന്ന ശലഭമായ്.

ദളം: 21

എന്തൊരു ചുവപ്പാണീ
പൂവിന്, നീ രോഷത്താ_
ലെന്നെ നോക്കിട്ടും നോട്ടം
ചുണ്ടിലായ്, കവിളിലായ്.
എന്തിത്ര ചുവക്കുവാ_
നെന്നു ഖേദിക്കെ,നാണം
കൊണ്ടെന്നോ ചുവക്കുന്നു
മൂക്കിനറ്റവും കാതും.
കണ്ടു ഞാൻ സീമന്തത്തിൽ
നീയണിഞ്ഞതാം കുറി_
ക്കെന്തൊരു ചുവ,പ്പതെ_
ന്നുള്ളിലോ പടരുന്നു?
എങ്കിലും വേലിക്കിടെ_
യൊളിഞ്ഞ നീയെന്നു ഞാൻ
നുള്ളിനോക്കുമ്പോൾ കൈയിൽ
ചെമ്പരത്തിപ്പൂവല്ലോ!

ദളം:22

നനയും മഴ,നിന്റെ
നിറയും മിഴി,നാമീ_
യിഴയും വഴിയിലാ,_
യെങ്ങനെ വിട ചൊല്ലും?
നീയറിയില്ലയെന്നെ
ഞാനറിയില്ല നിന്നെ
നാമൊരേ വഴിയിലാ_
യെങ്ങനെ മുഖം മൂടും?
ചിരിക്കാൻ ശ്രമിച്ചാലും
ചിലതുള്ളിലായ്പ്പെയ്യു.
കരയാനുഴന്നാലും
ചിരിയുള്ളിലായ്പ്പൂത്തു.
നിനക്കു പോകേണ്ടുന്ന
വണ്ടി വന്നെന്നോ,ഞാനീ_
യൊഴിഞ്ഞ വഴിയിലാ_
യൊറ്റയായെന്നേ തോന്നി.
നനഞ്ഞില്ലൊരു മഴ
നിറഞ്ഞില്ലൊരു മിഴി
മറന്നില്ലെന്നാൽ വഴി
ഏകാകി തഥാഗതൻ.

ദളം: 23

ഒളിച്ചു കളിച്ചു നാം
ഒളിവില്ലാതെ കാലം.
ഒളിച്ചയാളെ കണ്ടെ_
ന്നാകിലോ ജയം,കാണാ_
തൊളിച്ചു നടപ്പോനോ_
ടെപ്പോഴെപ്പൊഴും തോൽവി.
ഒളിച്ചു നടന്നവ,_
ളങ്ങനെയെന്നുമെന്നെ
ഒളിവിൽ തോൽപ്പിച്ചവ,_
ളെങ്ങനെ മറക്കും ഞാൻ.
എങ്കിലും കണ്ടെത്തി ഞാ_
നെന്നു സൂല്ലിട്ടും മുമ്പെ
എങ്ങു മാഞ്ഞു പോയ്,കാണാ_
തെപ്പോഴുമുള്ളിൽത്തേങ്ങി.
കണ്ടതാരെയാകിലും
നിന്നെയാവില്ലെന്നാമോ,
കണ്ടത് നിന്നെയെങ്കി_
ലൊളിഞ്ഞതെന്നിലാരോ?
ഒളിച്ചതെവിടെയാ_
ണെങ്കിലും ഒളിവില്ലാ_
തൊരു മാത്രയെങ്കിലും
കാണുവാൻ കിണഞ്ഞു ഞാൻ.
നീ മറഞ്ഞതോ എന്നിൽ
നിന്നല്ലെന്നാമോ,ഒളി_
വാകുമീ കാലം,കാണാ_
തൊളിയുമിതു കാലം.

ദളം: 24

അറിഞ്ഞില്ലല്ലോ നിന്നിൽ
മുങ്ങി ഞാൻ നിവർന്നത്
ഓരോരോ നിമിഷവു _
മോരോരോ നീയാണെന്ന്.
പറഞ്ഞിട്ടുണ്ടാം മനീ_
ഷികളങ്ങനെ, പുഴ_
യൊരു വട്ടമേ മുറി_
ച്ചുളിയിട്ടിടാനാവൂ.
എത്രയാഴത്തിൽ നിന്നെ_
യറിയാനുഴന്നാലും
അത്രവേഗത്തിൽ നീയോ
പുതിയ നീയായ് മാറി.
എങ്കിലും നിന്നിൽ മുങ്ങി_
നിവർന്നേയിരിപ്പൂ ഞാൻ
സങ്കടം, നീയല്ലാതെ_
യില്ലെനിക്കൊരു പുഴ.

ദളം: 25

ഒരു നെല്ലിക്കയുണ്ടെൻ
മനസ്സിൽ.
ആദ്യനോട്ടത്തിലേ
കയ്പിച്ച പിന്നെന്നും
മധുരമായ്ത്തീരുന്നൊ_
രോർമ്മയാകുന്നെൻ മനസ്സിൽ.
എങ്കിലുമോർക്കുവാ_
നെന്നും രസനയിൽ
കയ്പാകണമാദ്യമെന്നോ?
കയ്പിൽ നിന്നേ മധു_
വൂറുവെന്നോ?മധു_
രിക്കുവാൻ ജീവനെ
കയ്പായ് രുചിക്കണമെന്നോ?
നീയെങ്ങറിയില്ല_
യെങ്കിലുമോർമ്മയിൽ
കയ്പുണ്ട_
തോർത്തോർത്തിരിക്കെ
മധുരമായ്ത്തീരുവാൻ
ജീവനിൽ.

ദളം: 26

എപ്പോഴും വാ മൂടി നീ
മിണ്ടി ഞാനിരിക്കുമ്പോൾ.
എപ്പോഴും വാ തോരാതായ്
ഞാൻ മിണ്ടാതിരിക്കുമ്പോൾ.
അങ്ങനെ കാലം മണ്ടി
ഞാൻ മിണ്ടാതായി നീയോ
എപ്പോഴും ചിലമ്പുന്ന
പാഴ്ച്ചിലമ്പു പോലായി
ആട്ടുമ്പോൾ മിണ്ടീ,നീയൊ_
ത്താടാതെയായി,മിണ്ടാ_
നാവതു കിണഞ്ഞാലും
ചിലമ്പിച്ചൊച്ച പോയി.
നമ്മൾ മിണ്ടാതാ,യാരാൻ
മിണ്ടുവാൻ ശ്രമിച്ചാലും
മണ്ടപോയ പോലായി
തൊണ്ടയിൽ നിശ്വാസമായ്.
എങ്കിലുമൊരു നേർത്ത_
നിശ്വാസമതു മതി
നമ്മിൽ നാമെന്നോ മിണ്ടി_
ത്തീർന്ന ജീവിതമോരാൻ.

ദളം:27

ഇരുട്ടിനോളം വെട്ടത്തെ_
യറിയാനാരു ശ്രമിക്കിലും
അയാളാകുമെപ്പോഴും
വിരഹാതുര കാമുകൻ.
അഗ്നിയോളം നിലാച്ചൂടിൽ
വെന്തെരിയുവതാരുവാൻ?
അയാളാകുമനാദ്യന്തം
നിഷ്ക്കാസിത വിമോഹിതൻ.
ഹിമത്തോളം സൂര്യനേയും
തണുത്തെന്നു സംഭീതനാർ?
അയാളാകും പ്രണയത്താൽ
തീയായ്ത്തീർന്ന പ്രവാചകൻ.
ജലത്തെ മരുമരീചികാ_
തുല്യം പുച്ഛിപ്പതാരുവാൻ?
അയാളാകുമഗ്നികോണിൽ
കാറ്റായ്ത്തീർന്ന ദാരുണൻ.
മത്സ്യമേ മിഴിയെന്നോർത്തു
കവിതയ്ക്കുള്ളിൽപ്പിടഞ്ഞതാർ?
അയാളാകും കവിയായ്ത്തീർന്ന
ഭ്രാന്തൻ,ഭ്രഷ്ട കാമുകൻ.

ദളം: 28

ഭാഷയെന്തിന്
നിനക്കെന്നോട്
സംസാരിക്കാൻ?
ഭ്രൂഷയെന്തിന്
നിനക്കെന്നിൽ
വീണലിയുവാൻ?
സ്വപ്നമെന്തിന്
നമുക്കന്യോന്യം
നിറയുവാൻ?
ഓർമ്മയെന്തിന്
നമ്മളന്യോന്യം
മറക്കുവാൻ?
മൃത്യുവെന്തിന്
അന്ത്യനിശയിൽ
നിദ്രാലംബം?

ദളം:29

പകുതി വായിച്ച പുസ്തകം പോലെ നീ
പലകുറി പിന്നെയെത്ര ശ്രമിക്കിലും
പകുതിയിൽ തുടർവായനയാകാതെ
പതിയെയൊന്നു തൊട്ടോരോരോ പേജുകൾ
പല കുറി മറഞ്ഞങ്ങനെ പോകിലും
എവിടെ വായിച്ചു നിർത്തിയെന്നോർമ്മയിൽ
പിടി തരാതെ മറഞ്ഞു പോം നേരങ്ങൾ
പരതുമെങ്കിലുമെപ്പൊഴോ ജിജ്ഞാസാ-
ഭരിതമാം നിമിഷങ്ങളിൽ നിന്നപോ_
മതിനുമപ്പുറമെത്താതെ വായന.

പകുതിയത്രെ വായിക്കുവാനാവൂവെ_
ന്നതി ലളിതം ഞാൻ നിന്നിലേ ജീവിപ്പൂ.
പകുതി വായനയെത്തുമ്പൊഴേക്കുമായ്
പകലൊടുങ്ങുന്ന പോലിരുളാകയോ?

അതിനുമപ്പുറമെന്തായിടാം കഥ?
അധികമായിനിയെന്താവാം ജീവിതം?
വിടരുവോളമേയുണ്ടാവൂ
പുഷ്പത്തിൻ കൊതി,_
യതിനപ്പുറം
വിളറി വാടുവാനാകാ_
മടരുവാൻ.

പകുതി വായിച്ച പുസ്തകം നെഞ്ചേറ്റി
പതിവുപോലെ നടന്നു മായുന്നു നാം.

ദളം: 30

കണ്ടസ്വപ്നങ്ങൾക്കുള്ളിൽ
കാണാത്തസ്വപ്നങ്ങളെ
ഒളിച്ചു പിടിച്ചു ഞാൻ.
കണ്ടസ്വപ്നങ്ങൾക്കെന്താ_
ണർത്ഥമെന്നെല്ലായ്പ്പോഴും
കാണാത്തസ്വപ്നങ്ങളിൽ
കണ്ടെത്താനുഴറി ഞാൻ.
കണ്ടത് സ്വപ്നമല്ലെ_
ന്നുറക്കുന്നാരൊക്കെയോ!
കാണാത്തസ്വപ്നങ്ങളാ_
ലുണർത്തുന്നാരൊക്കെയോ!
ആരുടെ സ്വപ്നമാണീ
ജീവിത,മതിലാരും
കാണാത്തസ്വപ്നമാണോ
പ്രണയം,മരണവും?
കണ്ടത് സ്വപ്നമാകി_
ല്ലതിനാൽ കാണുന്നു ഞാൻ
കാണാത്തസ്വപ്നങ്ങളായ്
നീയാകും മറുലോകം.
ഇല്ല,കൈവിടാനാവി_
ല്ലെനിക്കെൻ
പ്രണയമേ!

ദളം:31

എത്ര വിദൂരസ്ഥ_
മാകിലും നിൻ ശബ്ദം
നിശ്ശബ്ദതയായ്
ശ്രവിപ്പതാണെന്നുംഞാൻ.
അത്ര സമീപസ്ഥ_
മാണെങ്കിലും നിൻ മൗന_
മുച്ചസ്വരത്തിൽ
മുഴങ്ങുമേ ജീവനിൽ.
ഇത്രമേൽ പ്രാണ_
പ്രണയാർദ്രമാം നിന്റെ
സപ്തസ്വരങ്ങൾ_
ക്കിടയിലനാരതം
നിത്യവിമൂകമെൻ
പ്രാണങ്ങളെക്കൊരു_
ത്തുച്ഛ്വസിക്കുമ്പോ_
ലനാവൃതനാകും ഞാൻ.
സംഗീതമേയെന്റെ
പ്രാണനതിൽ നീയോ
സംവൃതമാകു_
മനശ്വര ചേതന.
നമ്മളറിയാ_
തലിഞ്ഞിഴകും വരെ
തിങ്ങി ത്രസിക്കു_
മാനന്ദമേ സാഗരം.

ദളം: 32

നീയൊരു കുറ്റിപ്പെൻസി_
ലെന്നെന്നെപ്പരിഹാസം
കൂർപ്പിച്ച മിഴിപ്പെൻസിൽ
കൊണ്ടാഞ്ഞു കുത്തുമ്പോഴും
നീയറിഞ്ഞില്ല കുറ്റി_
പ്പെൻസിലാൽ ഞാനാ നീല_
വാനത്തിലെങ്ങും വര_
ഞ്ഞത്രയും നീയാം രൂപം.

കാലമെത്രയായ് നമ്മൾ
കാണാതായ് പരസ്പരം.
കാണവാനാകുമെനി_
ക്കിന്നുമാ ചാരുപടം.

വിടരും പൂവിൻ ദള_
പുടങ്ങൾ തോറും മിഴി_
പ്പെൻസിലിൻ കൂർപ്പാ,ലെന്റെ
ഹൃദയം ചോരും ചിത്രം.

വരഞ്ഞു വരഞ്ഞു ഞാൻ
തീരുമീ കുറ്റിപ്പെൻസിൽ
തിരഞ്ഞു പിന്നീടൊന്നും
വന്നില്ല നീയെങ്കിലും
വരുവാനാകില്ലല്ലോ
കാണവാൻ, നീ വാടിയ
പൂവിതളതായ് മിഴി_
യടഞ്ഞു ശയിക്കുമ്പോൾ.

ദളം: 33

പഴയ പുസ്തകത്താളിൽ വരഞ്ഞ നിൻ
പ്രിയ വരികളെടുത്തുമ്മ വെച്ച ഞാൻ.

വരികളായവ, പൃഴ കരണ്ടെങ്കിലും
മെഴുകിയെന്നേ ഹൃദയാന്തരങ്ങളിൽ.
മറവിയാകില്ല ചോരച്ചുവപ്പതിൽ
മൃതിയുമാകാ, മുറിവായ്ത്തെളിഞ്ഞവ.

ഇരുളതായി നീ,യെങ്കിലും പ്രണയമേ
മരണമാകിലും നീറി നിൽപുണ്ടവ
ശതശതം ജന്മമാർന്നു നാം പോകിലും
ശകലിതമാകയില്ല നിൻ തീവരി.

ദളം: 34

തൊട്ടാൽപ്പൊള്ളു_
മെന്നോർത്തല്ല
കൈ നീട്ടാൻ മടിച്ച ഞാൻ.
കെട്ടിപ്പുണർന്നാൽ
വിടർത്തില്ലീ_
ജന്മമെന്നോർത്തുമല്ല ഞാൻ.
പ്രണയിച്ചാൽ
പ്രാണനോളം നിൻ
വേരാഴ്ന്നീടുകയില്ലയോ?
ചുംബിച്ചാ_
ലുടലാഴത്തിൽ
കടലലയ്ക്കുകയില്ലയോ?
മരിച്ചാലും
നിന്നെയോർത്തെന്നും
നിറഞ്ഞിരിക്കുവനാണു ഞാൻ.
തൊടാതെ
ചുംബിക്കാതെ
പുണരാതങ്ങനെയാശയാൽ.

ദളം: 35

കൊളുത്തി നീട്ടുവ_
തെങ്ങനെ നിന്നിൽ ഞാൻ
ചിതറി നക്ഷത്ര_
മാകുമെൻ സ്വപ്നങ്ങൾ?
തരിവെളിച്ചങ്ങൾ
കെട്ടുപോകാതെന്നും
മിഴികളിൽക്കണ്ടു
നിൽക്കുവാനാകുമോ?
കരുതി നാമെത്ര _
മൺചെരാ,തത്രയും
വഴികൾ സൗവർണ്ണ_
ദീപ്തമാക്കീട്ടുവാൻ.
ഇരുളിലപ്പോഴു_
മാളുന്ന കാർനിഴൽ
മതിയിലെങ്ങാൻ
ഒളിഞ്ഞു നോക്കീടുമോ?
മതി,മറക്കുവാ_
നാവാ പ്രണയമേ
കൊതി കടക്കണ്ണി_
ലാളുന്ന ജീവിതം.

ദളം: 36

മരം കൊത്തിയായ്
കൊത്തിയെത്തുവാനാവുമോ
മിഴികളാൽ നിന്നുള്ളിൻ
'കാതൽ'?
പറയുവാനാവില്ല
ഇനിയെന്റെ കപ്പലിൻ
പണി തുടങ്ങാനുള്ള കാലം.
തുഴ ഞാൻ
പണിഞ്ഞിരിക്കുന്നു.
ജീവിത_
ക്കടലെന്നിൽ
ക്ഷോഭമാകുന്നു.

ദളം: 37

ഒരു പൂവിറുത്തു ഞാനേകില്ല
നിൻ നേരെ
പ്രണയത്തിനായൊരു നാളും.
ചുണ്ടിൽ വിരിഞ്ഞ പൂവെങ്ങനെ
നുള്ളുവാൻ
പ്രണയമാണെന്നതോർക്കാതെ.
നുള്ളുവാനാവുമോ രാഗാർദ്രമാം
മധു_
വുള്ളിൽത്തുളുമ്പും ഹൃദയം?
ഒന്നുമ്മ വെച്ചു നീ പോവുകിൽ
നിൻ നെഞ്ചി_
തത്രയും രാഗമധുപരാഗം.

ദളം: 38

എപ്പോഴും കാണാനാകു_
മെന്നു നീയെന്നെ നിന്റെ
പുസ്തകത്താളിലെന്ന
പോലെങ്ങോ സൂക്ഷിച്ചല്ലോ
ഇപ്പോഴുമതു തേടി
നടന്നേൻ മനസ്സറ്റു.
തലയിൽ നര കേറി.
ഉടലോ ജരാതുരം.
ഇപ്പോൾ നീയെങ്ങാണെന്ന_
തറിയാതോരോ മുഖ_
ത്തുറ്റുനോക്കയാൽ ഭ്രാന്ത_
നെന്നാട്ടും, ചിരിക്കും ഞാൻ.
അപ്പോഴാണെനിക്കതെൻ
ബോധമായതു നീയെ_
ന്നൾത്തളത്തിലാണൊളി_
ഞ്ഞിരിപ്പൂ പ്രണയമേ!

ദളം: 39

വൈകിയെത്തുന്ന
വണ്ടി കാത്തെന്ന പോൽ
വൈകിയെങ്കിലും
കാത്തിരിപ്പാണു ഞാൻ.
വൈകുമെന്നുള്ളി_
ലുണ്ടറിയിപ്പുകൾ.
നീ വരുമ്പോൾ
നിനക്കറിയാതെന്റെ
നീരുറയും
മിഴികളിലുണ്ടൊരു
നീലവെട്ടം
നിലാവു വിരിക്കുവാൻ.
നെഞ്ചകം കൊട്ടി_
യാർക്കും പെരുമ്പറ.
വന്നിറങ്ങുമ്പോ_
ളെന്നുടലാവുമേ
നിൻ പദങ്ങൾ_
ക്കടിയിൽ,വിരിപ്പു ഞാൻ.
എത്ര ജന്മമായ്
കാത്തിരിക്കുന്നു ഞാൻ
സ്വപ്നമേ നീ_
യുറങ്ങാതിരിക്കുവാൻ.
ഉള്ളിലുണ്ടറിയിപ്പുകൾ
നീ വരും
വണ്ടി തണ്ടുപാളം തെറ്റി
വീണതായ്.
എങ്കിലും കാത്തിരിക്കണ_
മിങ്ങനെ
കൊണ്ടു പോകാൻ വരും
വണ്ടി കാത്തിനി.

ദളം: 40

നടക്കാനാവുമോ
നനയാതെയൊട്ടും
ഒരേ കുടക്കീഴിൽ?
നിറയാനാവുമോ
കവിയാതെയൊട്ടും
ഒരേയുടൽച്ചൂടിൽ?
പറയാനാവുമോ
പകരാതെയൊട്ടും
ഒരേ മൗനച്ചിന്തിൽ?
നടക്കയായി നാം
കുടയില്ലാതൊറ്റ
മഴയിൽ നഗ്നമായ്.
നിറഞ്ഞതായി നാം
ഉടലറിയാതെ
പ്രണയസിന്ധുവായ്.
പകർന്നു നാമൊന്നായ്
തകർന്ന ഭാഷതൻ
സ്വരജതിയായി.
ഇനിയേതാകാശം
ഉടലുർവ്വി സ്വപ്നം
അലിഞ്ഞില്ലായ്മയായ്.

ദളം: 41

അകമേയൊറ്റ_
യ്ക്കിരിക്കുമ്പോഴാരോ
തണുവിരൽ നീട്ടി
നെഞ്ചിൽത്തൊട്ടുന്നതായ്
ഒരു നടുക്കമെൻ
സിരകളി,ലുച്ചമായ്
തുടി മുഴക്കുന്നു,
കാണ്മതില്ലാരെയും.

വെറുതെ,യെങ്കിലും
കാണാത്തൊരാളിനെ
കവിതയായുള്ളിൽ
നീറ്റി പ്രിയതമം.
ചിറകു നീർത്തുന്നു
നീലയാമാകാശം.
മറവിയാലെന്ന
പോ,ലത്ര മൂട്ടുവാൻ.

ഭ്രമണപന്ഥാവിൽ
നിന്നുമേ ഭ്രുവിന്റെ
ചരടയഞ്ഞതായ്
ഞെട്ടറ്റു രാത്രികൾ.
തനിയെയിങ്ങനെ
ചേർന്നിരിക്കാനൊരു
കവിതയോർത്തെത്ര
ഭ്രാന്തനായ്ത്തീർന്നു ഞാൻ.

പ്രണയമേ,നിന്നെ_
യോർക്കാതിരിക്കുവാൻ.

ദളം: 42

എത്രമേലഭിമുഖ_
മായിരുന്നാലും നമ്മ_
ളത്രമേലഭിമുഖ_
മായിരുന്നുവോ,കാണാ_
തുള്ളിലെക്കതകുക_
ളടക്കാൻ മറക്കാതെ
പൊള്ളയാം മുൻവാതിലാ_
യിങ്ങനെയഭിമുഖം?

ചഷകങ്ങളിൽ പ്രിയം
നുരയുന്നതിൻ മുമ്പേ_
യുയർത്തീയുപചാരം
മൂന്നാമ,നാരാണയാൾ?

കുടിച്ച ചവർപ്പൊട്ടും
ലഹരിയല്ലാതായി.
അരിച്ചതാരാണതിൻ
മധുരം മദോന്മത്തം?

വാക്കുകൾക്കർത്ഥം
ഭാഷയ്ക്കോർമ്മ,സംഗീതം
കാണും കാഴ്ച്ചകൾക്കിഷ്ടം
രൂപഭാവങ്ങളില്ലാതായി.

എങ്കിലുമഭിമുഖ_
മിപ്പോഴുമാശാശൂന്യം
പിൻതിരിഞ്ഞുടൽ, തൂങ്ങി
ക്കിടപ്പൂ തിരശ്ശീല.

ദളം: 43

ഒരു സ്വപ്നത്തിന്റെ
വെയിലി,ലോർമ്മയിൽ
ഒളിച്ചു പാർത്ത നിൻ
മുഖം തെളിയുന്നു.

മഷിക്കറുപ്പുള്ള
മിഴിയുള്ളിൽ വീണു
മിഴിയും മുമ്പെന്റെ
മൊഴിയടഞ്ഞല്ലോ!

ദളം:44

ഒന്നു തൊട്ടതേയുള്ളൂ
നീയെന്നെ മിഴികളാൽ
എന്തു ഞാൻ പറയേണ്ടൂ,
മാറിയതായി ലോകം.
പിച്ചകക്കുടന്നയി_
ലരിക്കും പുഴ കാണാ_
പ്പച്ചയില്ലടൻ ചിത്ര_
ച്ചിറകിൽ ശലഭമായ്.
കാണുമ്പോൾ നേർക്കും പനീർ_
ക്കൊമ്പിലെ മുള്ളോരോന്നും
കാറ്റില്ലൂയലാടീട്ടും
പവിഴപനീർപ്പൂവായ് .
തൊടിയിൽച്ചുട്ടുവെയി_
ലത്രയും നിലാവായി.
ഇടയിൽ ചൂളം തെന്ന_
ലൊഴുകീയരുവിയായ്.
എങ്ങു നീ മറഞ്ഞതെ_
ന്നറിയാതിപ്പോഴും ഞാൻ
നിന്റെ നോട്ടത്തിൻ മുന_
ത്തെല്ലിലാണിരിക്കുന്നു.
എന്തു സാഹസം,നീയാം
കണ്ണുനയടരുകി_
ലില്ലാതാം കഥാശിഷ്ടം
ശൂന്യമാമരങ്ങിതിൽ.

ദളം: 45

ഒരു പൂവെനിക്കു
വാടാതെന്നും കാക്കണം
മതി വരാ ജന്മങ്ങളോളം.
വെയിലതു കാണൊല്ല.
മഴയതിൽപ്പൊഴിയല്ല.
മഞ്ഞിൽ മയങ്ങൊല്ല.
മണ്ണോ തൊടല്ലതിൽ.
വിണ്ണിൻ കിനാവി_
ലൊളിനോട്ടമെയ്യുന്ന
വെള്ളി നിലാവിൻ
തെളിയേൽക്കയില്ലതിൽ.
ഒരു പൂ,വെനിക്കെന്നിൽ
വാടാതൊളിക്കണം.
ഹൃദയമ,ല്ലമൃതമ_
ല്ലയിരല്ല,ശ്വാസമ_
ല്ലനഘമാമൊരു മൗന_
മിതളണിഞ്ഞെന്ന പോ,_
ലൊരു പൂ,നിനക്കാ_
യനശ്വരം കാത്തു ഞാൻ.
എവിടെ നീ
സ്വപ്നപരാഗസൗഗന്ധമേ,_
എവിടെയെൻ പ്രാണനെ_
ത്തേടും പ്രണയമേ
ഒരു പൂവിനായുസ്സായ്
കാത്തിരിപ്പല്ലയോ
വരികില്ല നീ,യെന്ന_
തറിയാതെയല്ല,ഞാൻ.

ദളം: 46

നീ തൊട്ടാൽപ്പൂക്കും
ചമ്പകത്തിന്റെ തണലിൽ ഞാൻ
പൂവിടുന്നതും കാത്തു
നിന്നതാം വർഷങ്ങളിൽ

നീയറിഞ്ഞിരിക്കില്ല
കാത്തുനിൽപ്പാകാമെന്നെ
തീപ്പിടിച്ച പോൽ ചോന്ന
ചെമ്പരത്തിയാക്കിത്തീർത്തു.

അത്രമേൽ ഹൃദയത്തിൽ
നീ മിടിക്കയാലാകാം
അത്രയും പൊൻചമ്പക_
മായതെൻ പരാഗങ്ങൾ.

ദളം: 47

നിന്റെയോർമ്മകൾ കൂട്ടി_
ത്തീയിടാൻ നോക്കുമ്പോഴാ_
ണെന്റെ നെഞ്ചിലേക്കഗ്നി
ജ്വലിച്ചു പടർന്നതും

ഞാനതിൽ ദഹിക്കയാ_
ണപ്പോഴും നിന്നോർമ്മകൾ
തീപ്പെടാതെൻ നെഞ്ചിലായ്
ജ്വലിച്ചു കാണാകുന്നു.

ഞാൻ കത്തിയെരിഞ്ഞാലും
കാണുമാ ചാരത്തിലും
തീ കെടാതൊരു കന_
ലായി നിൻ സ്മൃതിനാളം.

ദളം: 48

കണ്ടിടുമ്പോൾ
പരസ്പരം നൽകുവാൻ
നെഞ്ചിനുള്ളിൽക്കരുതും
നിലാവിനെ
എത്രനാളായി_
ക്കാത്തുവെക്കുന്നു നാം
സ്വപ്നമെന്നപോൽ,
മറ്റാരു കാണുവാൻ?
മിണ്ടിടുമ്പോൾ
പരസ്പരം ചൊല്ലുവാൻ
തൊണ്ടയിൽത്തീയുരുക്കുമാ_
മൗനമായ്
എത്ര നൊമ്പരം
ചേർത്തുയർത്തുന്നു നാം
ശ്വാസനിശ്വാസമെന്നാ_
യനുപദം.
ഒന്നു കണ്ടാൽ
മതിയെന്നതായ് ജന്മം
ഒന്നു മിണ്ടാൻ
വെറുതെയെന്നായ് ശ്വാസം
ഒന്നുമാവാതെ
നിൽക്കെ പരസ്പരം
നമ്മളത്രമേൽ
പാഴായതാകുമോ?

ദളം: 49

നിൻ തടവറയ്ക്കുള്ളിൽ
എത്രകാലമായ്, പുറം
കാണുവാനാകാ, തൊറ്റ_
പ്പെട്ടു ഞാനിരിക്കുന്നു?

വിമുക്തിയില്ലാ,സ്വയം
ജീവപര്യന്തം വിധി,_
ച്ചെന്തൊരു വിധിയെന്നാ_
ണാഹ്ളാദം, നുകരുന്നു!

ഇറക്കി വിടാനാർക്കു_
മാവില്ല,നീയാകിലും
തുറക്കാനാവില്ലതിൻ
പ്രണയപ്പൂട്ടൊന്നുമേ.

ഇങ്ങനെ നിന്നിൽ മൂകം
കിടക്കും സായൂജ്യത്തെ
എങ്ങനെയെന്നിൽ നിന്നും
അടർത്താൻ നിനക്കാവും?

ദളം: 50

വാക്കിതെന്തിന്
നിന്നോടു മിണ്ടുവാൻ?
നോക്കിതെന്തിന്
നിൻ മുഖം കാണുവാൻ?
കാതിതെന്തിന്
നിൻ സ്വരം കേൾക്കുവാൻ?
കാലമെന്തിന്
നിന്നെയറിയുവാൻ?

എത്ര ദൂരത്തി_
ലാകിലും നിൻ സ്പർശം
അത്രയുള്ളി_
ലറിയുന്നതെന്താവാം?
ഇത്തിരി മാത്ര_
മുള്ള ജന്മത്തിനു_
മപ്പുറത്തേക്കാ_
യെത്തി നിൽപ്പാണു നാം.

നീ പറക്കും
ചിറകു ഞാനല്ലയോ,
നീ ശ്വസിക്കും
ചെകിള ഞാനല്ലയോ?
നിന്റെയായുസ്സി_
ലാകുമെൻ ജീവിതം,
നിന്നിലെന്നോ
അലിഞ്ഞതെൻ
പ്രാണനും.

ഈ പ്രണയ_
ക്കുരുക്കിൽ നാമിങ്ങനെ
നേരിടും ലോക_
ജീവഗതിക്രമം.

ദളം: 51

പാട്ടുവാനാവില്ലവൾ_
ക്കെങ്കിലുമാ പാട്ടിന്റെ_
യീണമായലയുന്ന
കാറ്റിൽ ഞാൻ ജീവിക്കുന്നു.

കാറ്റു നിന്നാ,ലെൻ ജീവൻ
നിന്നു പോ,മതിനാലേ
പാട്ടുവാനാവാതവൾ
പാടിക്കൊണ്ടിരിക്കുന്നു.

പ്രണയമൊരു പാട്ടാ_
ണെങ്കിലുമതിൽ ജീവൻ
തുടിക്കും കാറ്റായ് നമ്മ_
ളിങ്ങനെ നിലയ്ക്കുന്നു.

ദളം: 52

കണ്ണെഴുതാറുണ്ടെന്നും നീ
എൻ കൺതെളിയാൻ.
ചുണ്ടെഴുതാറുണ്ടെന്നും നീ
എൻ ചുണ്ടുലയാൻ.
ഉടലണിയാറുണ്ടെന്നും നീ
എൻ ഉടലലിയാൻ.
ഉള്ളറിയാറുണ്ടെന്നും നീ
എൻ ഉണ്മയറിയാൻ.
മയങ്ങാറുണ്ടെന്നും നീ_
യെന്നെ മെരുക്കാൻ.
ഉണരാറുണ്ടെന്നും നീ_
യെന്നെയുറക്കാൻ.
ജ്വലിക്കാറുണ്ടെന്നും നീ_
യെന്നെ വിളക്കാൻ.
മറക്കാറുണ്ടെന്നും നീ_
യെന്നെ വെറുക്കാൻ.
പൊറുക്കാറുണ്ടെന്നും നീ
ഞാൻ ജയിക്കാൻ.
വെറുക്കാതെയെന്നും നീ
ഞാൻ മരിക്കാൻ.

ദളം: 53

ചില വാക്കുകളുണ്ട് നിന്നോട്
പറയാനാവുകയില്ല,യെങ്കിലും
ചില നോക്കുകളിൽ സ്വയാത്മനാ
തെളിയാറുണ്ട് ദ്വയാർത്ഥഭംഗിയിൽ.

ചില നോക്കുകളുണ്ട് നമ്മിലായ്
ചിതറിപ്പോകുമതെങ്കിലും, ധ്വനി
ഇമ ക്ലർത്തവ നമ്മിലാഴ്ത്തിട്ടും
വ്യഥയാനന്ദമതായി മാറുവാൻ.

ചില നേരുകളുണ്ട് നേരിടാൻ
കഴിയാതെന്നമൊഴിഞ്ഞു പോന്നവ
ചിറകാർന്നവ നമ്മിലേ പറ_
ന്നറിയാതുള്ളിൽ നഖങ്ങളാഴ്ത്തുവാൻ.

വെറുമോർമ്മകളെങ്കിലും ഹിമ_
ച്ചെറുള്ളുകൾ വീണവീണവ
പതിയെ മൂടി നരച്ച ജീവനിൽ
മറവിത്താഴ്വരയായി മാറിടാൻ.

ദളം: 54

കടൽക്കരയിൽ നാ_
മിരിക്കുന്നു,കാണാം
കടലല്ല, കാടോ
ഹരിതനീലമാ_
മിലകൾ കാറ്റിലായ്
മുടിയുലർത്തുന്നു.

കാട്ടിന്നിരുളകം
നമ്മളിരുന്ന രാ_
വതിൽ നിലാവ്യറും
കടൽത്തിരകളോ
നീലഹരിതമാ_
മിലയിളക്കത്തിൽ?

കാട്ടും കടലുമായ്
നമ്മിൽ
പ്രപഞ്ചമിങ്ങനെ.
പ്രണയമിങ്ങനെ.
ഹരിതനീലമാം
മിഴികളായ് നീല_
ഹരിതഭംഗികൾ
തുളുമ്പുമാകാശം
നിറയുമുള്ളകം.

ദളം: 55

ചിലപ്പോഴൊക്കെ നീ
മഴയായിപ്പെയ്തു,
കുതിർന്നുവല്ലോ ഞാൻ.
ചിലപ്പോഴൊക്കെ നീ
വെയിലായിപ്പൂത്തു,
എരിഞ്ഞുവല്ലോ ഞാൻ.
ചിലപ്പോൾ നിൻ നിലാ_
വലയിൽ മുങ്ങി ഞാൻ,
തുടിച്ചുന്മാദിയായ്.
ചിലപ്പോഴോ മഞ്ഞായ്
പൊഴിഞ്ഞു നീയെന്നിൽ,
തണുത്തുറഞ്ഞുപോയ്.
ഋതുക്കളെത്രയെ_
ന്നറിയാതെ നമ്മിൽ
രതം തുടരവെ
ജരയാൽ മൂടിയ
പ്രണയമാം മുഖം
നരച്ചതായല്ലോ.
തിമിരാന്ധം കാഴ്ച്ച
പ്രണയാന്ത വാഴ് വായ്
ഇരുണ്ടു പോയല്ലോ.
അറിവീലെങ്ങു നീ
അറിവറ്റിങ്ങു ഞാൻ
മറന്നു പോയല്ലോ.
മറവിയാണത്രെ
മരണമെന്നാരോ
മരച്ചു പോയല്ലോ.

ദളം: 56

കൊളുത്തി വെക്കും നീ_
യൊരു മെഴുതിരി_
യെരിയുമെൻ നെഞ്ചിൻ
മുറിവിലും.
തെളിച്ചു നീട്ടും നീ_
യൊരു മിഴിമുന_
യിരുളുമെന്നാത്മ_
നിഴലിലും.
ഒളിച്ചുവെക്കും ഞാ_
നതിൻ തീ നാളങ്ങ_
ളെരിയാതെന്നുമെൻ
സ്മൃതികളിൽ.
അതിൻ നിലാവെട്ട_
മൊഴുകും ലാവയാ_
യനവദ്യം കോരി_
ക്കുടിപ്പൂ ഞാൻ.
പ്രണയമെന്നതേ
ലഹരിയാണെന്ന_
തറിഞ്ഞതീയെന്റെ
മൃതിയിലോ?

ദളം: 57

ആരുടെ നിഴലാണീ
വെയിലെന്നറിവീലാ.
ആരുടെ നിറവാണീ
പ്രണയം,അറിവീലാ.
ചന്ദ്രനിൽപ്പതിക്കുന്ന
സൂര്യനീ നിലാ,വെങ്കിൽ
എന്നിൽ വീണലിയുന്ന
നീയാകുമെന്നാത്മാവ്.
നീയെന്നെയകലുകി_
ലില്ലാതെയാകുമാത്മം.
പ്രാണനിലിഴുകിയ
പ്രണയ,മതേ സത്യം.
എത്രമേൽ സുതാര്യമെ_
ന്നാകിലും നമ്മൾ കാണാ_
തത്രമേൽ തിരശ്ശീല
മറയാകുമോ മൃതി?
ഇല്ല വേർപെടുത്തുവാ_
നാവില്ല മൃതിക്കുമേ.
അല്ലെങ്കിൽ ജന്മാന്തര_
മിങ്ങനെയലിയുമോ?

ദളം: 58

നീയെനിക്ക
നിലാവിനെ ചുംബിച്ച
നീലരത്നം
തരുമെന്നു മോദിച്ചേൻ.
നീയെനിക്ക
കിനാവുകൾ പുഷ്പിച്ച
ദേവതാരു
തണലെന്നു നേദിച്ചേൻ.
നീയെനിക്ക
സംഗീതം മുഴങ്ങുന്ന
വീണയാകും
ഋതുവെന്നു കാട്ടിനേൻ.
ഞാനറിയാതെ
നിന്നിലലിഞ്ഞൊരെൻ
ശ്യാമഹാരം
ഹൃദയാന്തരങ്ങളിൽ
പെയ്തുതോർന്ന
പ്രണയാഭിലാഷങ്ങൾ
ശങ്കയെന്യേ
കടലായടങ്ങിയോ?

ദളം: 59

പനിച്ചു കിടക്കുമ്പോൾ
തനിച്ചു കിടക്കണം.
തനിച്ചു കിടക്കുമ്പോൾ
തണുത്തു കിടക്കണം.
തണുത്തു കിടക്കുമ്പോൾ
നിനച്ചു കിടക്കണം.
നിനയ്ക്കുമൊരാൾ ചുറ്റി_
പ്പിണഞ്ഞു കിടക്കണം.
അണച്ചൊരുടലിലേ
തിണർത്തു പരക്കണം.
പനിച്ച പനിയൊന്നായ്
പിണങ്ങിപ്പിൻവാങ്ങണം.
തനിച്ചു കിടപ്പിലേ
പനിച്ചൊരാളാവണം.

ദളം: 60

നിനക്കെന്നും സ്വപ്ന_
ച്ചിറകിലാവണ_
മിനിയെന്നിൽ യാത്ര.
അതിനൊരാകാശ_
മെനിക്കെൻ ജീവനിൽ
നിറച്ചു വെക്കണം.
പറന്നുപോകും നിൻ
ചിറകിൽ പ്രേമമായ്_
ച്ചിതറണം പ്രാണൻ.
ഉറങ്ങുവാനതി_
നൊരുക്കാനാവുമോ
മഴവിൽക്കൂട്ടുകൾ?
ഉറക്കത്തിന്നാഴ_
ക്കടൽമൗനങ്ങളിൽ
തനിച്ചിരിക്കുവാൻ
നിനക്കെന്നും സ്വപ്ന_
ച്ചിറകിൽ ഞാനായി
പറക്കാനാവതോ?

ദളം: 61

മുറിയിൽ കിടക്കുമ്പോൾ
വെളിച്ചം ജനലിലൂ_
ടെത്തിപ്പിടിക്കും
കണ്ണിൽ കൈയില്ല _
മുടലിലും
ഇരുട്ടാണെന്നേ തോന്നൂ.

പ്രണയത്തിലാകുമ്പോൾ
വെളിച്ചം കിനാവിലൂ_
ടെത്തിപ്പിടിക്കും
നെഞ്ചിൽ ഹൃത്തി_
ലോർമ്മയിൽ
ഭ്രാന്തിൽ
കവിയാണെന്നേ തോന്നൂ.
എപ്പോഴും നിലാവിലാ_
ണത്രയുമുന്മാദികൾ.

ദളം: 62

കാർത്തികവിളക്കക _
ളണഞ്ഞ നിശ്ശബ്ദയാം
രാവിന്റെയേകാന്തമാ_
മിരുളായിരുന്നോ നാം?

ഒന്നു മിണ്ടുവാൻ പോലു_
മാവാതെ നിശാന്തത്തിൻ
തെന്നൽ ചുണ്ടുകൾ പൂട്ടി
ചിറകറ്റിരുന്ന പോൽ
രണ്ടുപേ,രല്ല കേവ_
ലാത്മക്കൾ മഹാശൂന്യ_
സങ്കടമടക്കിയ
മഞ്ഞുതുള്ളികളായി
ഒന്നുചേരുവാനാവാ_
തുൽക്കട,മരയാലിൻ
ചില്ലയി,ലിലത്തുമ്പിൽ
തൂങ്ങി നിൽപതായ്ത്തേങ്ങി.

വീണെന്നാലുടഞ്ഞുപോം
വെയിലിലെരിഞ്ഞു പോം
വാഴ് വിതത്രയും പ്രണ_
യാർദ്രമാം നിമിഷമായ്.

ദളം: 63

എന്നെക്കുറിച്ച ഞാൻ
പാടിയില്ലിന്നേ വരെ.
പാടുമ്പോഴൊക്കെയും
നിന്നെക്കുറിച്ചായി
മാറുമാ പാട്ടുകൾ.

നിന്നെക്കുറിച്ച ഞാൻ
പാടിയില്ലിന്നേ വരെ.
പാടുമ്പോഴത്രയും
എന്നെക്കുറിച്ചായി
മാറിയാ പാട്ടുകൾ.

നിന്നെയുമെന്നെയു_
മല്ലാതെ പാടിയ_
പാട്ടുകളത്രയും
നീയായി ഞാനായി
നമ്മളാകുന്നുവോ?
പാടാതിരിക്കവാ_
നാവാതായ് നമ്മളെ.

ദളം: 64

തീവണ്ടി മുറിക്കുള്ളി_
ലിരിപ്പൂ രണ്ടാത്മാക്കൾ
തീപ്പിടിച്ച പോലൊന്നായ്
ദഹിച്ചേ പുണരുവാൻ.
കാണുകില്ലവരൊന്നും
കണ്ണുകൾ പരസ്പരം
കോർത്തിരിക്കയാ,ലൊന്നായ്
വാർത്തപോ,ലിരിക്കയായ്.
അവരെ കടന്നെത്ര
ദൂരകാലങ്ങൾ പിന്നിൽ
അവരെ വെടിഞ്ഞെത്ര
സ്ഥലവിസ്മയ ഭ്രൂവും
അവരിലൂടെയോടി_
ക്കിതക്കും കാറ്റും ക്കുറ്റും
അവരാകവാനെത്ര
ഋതുസന്ധ്യകൾ രാവും
അറിവീലവ,രദ്വ_
യാത്മാക്കൾ,അവർക്കുള്ളി_
ലവർനെയ്തൊരാ വല_
ക്കണ്ണികൾ മുറിവോളം
അകലില്ലവ,രാത്മാ_
ഹന്തതൻ ചിറകറ്റു
തുഴയും മഹാസങ്ക_
ടക്കടൽക്കയത്തോളം
എങ്കിലുമൊരേടത്തു
നിന്നുപോകുമീ വണ്ടി
പിന്നെയോ ഗതിയറ്റേ_

യുണർന്നു പോകും സ്വപ്നം.
ഇറങ്ങും നേരം ലോക_
കാലങ്ങൾ തമ്മിൽച്ചേരും
പിരിയും നേരം കട_
വേരറ്റ മിഴികളിൽ.

ദളം: 65

ഒരു ചിരികൊണ്ട്
ലോകം വസന്തമായ്
ഒരു മൊഴികൊണ്ട്
കാലം സംഗിതമായ്
ഒരു ചിറകിലോ
വാനം നിലാവായി
ഒരു നിറവിലോ
നീയെൻ ഹൃദയമായ്
പകലിരവുകൾ
താളഭേദങ്ങളായ്
പല ഋതുഭേദ_
രാഗനിർവേദമായ്
പ്രണയഗർവ_
മടങ്ങിയ സായാഹ്ന_
സ്മൃതിസരോരുഹം
പൂത്ത സൗഗന്ധമായ്
ഒടുവിലിങ്ങനെ
നമ്മളലിയുമീ
നിമിഷമുണ്ടാ_
മതീതയുഗാന്തരം.

ദളം: 66

നിന്നുള്ളിലൊരു കാടുണ്ട്.
എന്നുള്ളിലൊരു പുഴയുണ്ട്.
കാടിന്നറിയാം പുഴയെ
പുഴയ്ക്കുമറിയാം കാടേ.
എന്നാലെവിടെ പുഴയെ_
ന്നെവിടെ കാടെ_
ന്നുഴറിപ്പോകും നീയും ഞാനും.
നിനക്കുള്ളിലൊരു പുഴയെ
എനിക്കുള്ളിലൊരു കാടിനെ
അറിയാതറിയാ_
തങ്ങനെ നമ്മൾ
പടച്ചെടുത്തു.

പുഴയായെനി നീ_
യൊഴുകും,
കാടായെന്നിൽ.

കാടായ് നിന്നെ
വളർത്തും
പുഴയായ് ഞാനും.

എന്നാലറിഞ്ഞതില്ല
നീയും ഞാനും
നമ്മെ കൊത്തിയെടുത്തു
പറക്കുകയല്ലോ
മുകളിലൊരാകാശം.

ദളം: 67

എപ്പോഴും വർണ്ണിപ്പൂ നീ
പൂക്കളെ പുലരിയെ
അത്രയും നനയുന്ന
മഴയെ വെയിലിനെ
അത്രമേൽ സുതാര്യമാം
വിണ്ണിനെ മണ്ണിനേയും.

എത്ര സുന്ദരം നിന്റെ
പുഴകൾ മലകളും
അത്രമേൽ ചിറകിലായ്
തുമ്പികൾ ശലഭങ്ങൾ
നിത്യഭാസുരം നഗ്നം
നിന്റെ പൂവെഴുത്തുകൾ.

എങ്കിലും ചോദിക്കുവാൻ
വിങ്ങുകയാണെന്നുള്ളം
എന്നാവും നിനക്കെന്നെ
എഴുതാനാവും,സ്വപ്നം?
എന്നവൾ ചോദിക്കവെ
എന്തിനിപ്പറയുവാൻ?

എഴുതുന്നെപ്പോഴുമേ
അവളെ,യതു പുഴ
പൂക്കളും ശലഭവും
സ്വപ്നവും ഋതുക്കളും.

അവളെയല്ലാതൊന്നു
മെഴുതാനാവാതെ ഞാൻ.
അവളിൽ മരിച്ച ഞാൻ.

ദളം: 68

പ്രണയമെന്നുയിരിനെ
വിദ്യുത്പ്രവാഹമായ്_
മാറ്റും കൊതി?
പ്രണയമെൻ ജീവനെ
രാകി മിനുക്കു_
മപാരശ്രുതി?
പ്രണയമെൻ പ്രാണനെ_
യോരോ അണുവിലും
നീറ്റും പ്രിയം?
പ്രണയമെന്നാത്മാവി_
ലജ്ഞാതമാഴങ്ങൾ
നീർത്തും കയം?
പ്രണയമെന്നുള്ളിലെ
പെയ്തുനിറയും മേഘ_
വിസ്ഫോടനം?
പ്രണയമതിഗൂഢമെ_
ന്നാത്മാവിലാളുന്നൊ_
രഗ്നിസ്ഫുടം?
പ്രണയമനശ്വര_
മെന്നെ ഞാനാക്കു_
മനുസ്മൃതി?
പ്രണയമെന്നെ
പ്രപഞ്ചലയമാക്കും
പ്രമുക്തി?
മൃതി?

ദളം: 69

ഒട്ടുവളരെ_
പ്പറയുവാനുണ്ടെന്ന്
ഒട്ടകത്തിൻ
കഴുത്തു നീട്ടുന്നു നീ.
ഒന്നുമൊന്നും
പറയുവാനാവാതെ
ഒട്ടകപ്പക്ഷിയായ്
മുഖം പൂഴ്ത്തി ഞാൻ.
എത്രവേഗം
മരുവായി നമ്മളിൽ
പൂത്തുലഞ്ഞതാം
പച്ചകളത്രയും.
അത്രലോലം
മുഷിഞ്ഞ ദാമ്പത്യത്തിൻ
ഛിദ്രഭാരം
ചുമന്നു തീർക്കാവതോ?
വീണുപോയിടാം
നിന്നിൽ ഞാൻ നീയെന്നിൽ
നേരിതോരും
മരുപ്പച്ചയായ് ശമം.

ദളം: 70

നിന്റെ കാൽസ്പർശത്താലേ
പൂവിട്ടൊരശോകം ഞാൻ.
നിന്റെ കൺനോട്ടത്താലേ
വിടരുമാമ്പൽപ്പൂ ഞാൻ.
നിൻ തീക്ഷ്ണമിഴികളാൽ
നിവരും സൂര്യകാന്തി.

ഒന്നുമേയറിയാത്ത
രാഗശൂന്യതയായി
നിൻ ചുവടിലേ നീങ്ങും
നിഴലായിരുന്നോ ഞാൻ?

അത്രമേൽ സ്വാഭാവിക_
മായിരുന്നല്ലോ പ്രേമം.

ദളം:71

തൊട്ടെന്നാൽ പൊള്ളും തീയാ_
യുണ്ടത്രെ ചില,തതിൻ
പേരെന്തെന്നവൾ കട_
ങ്കഥയെൻ നേരെ ചൂണ്ടി.
തൊട്ടില്ലെന്നാലും പൊള്ളും
തീയല്ലതെന്താണെന്നേ_
യുത്തരം പറയാമോ,
ഉറുമി വീശി ഞാനും.
പറഞ്ഞാലൊറ്റവാക്കിൽ
മുറിയില്ലതിൻ നേര്.
പറയാതിരുന്നാലോ
നിറവേറില്ലാ വീറ്.
പറയും മുമ്പേ നേരായ്
ചുണ്ടുകൾ കോർത്തേ പോകെ
വിറയാർന്നുടലാകെ
തീയുണർന്നതായ് ജ്വാല.

ദളം: 72

രണ്ടു മീനുകൾ
ചുംബിച്ചിടുമ്പോഴീ
തിണ്ടിടിഞ്ഞ്
കുളം കടലാകുമോ?
രണ്ടു പക്ഷികൾ
കൊക്കുരസുമ്പോഴീ
വിണ്ണുടഞ്ഞ്
മഹാശൂന്യമാകുമോ?
രണ്ടു മാനുകൾ
കൊമ്പുകോർക്കുമ്പോഴീ
കാടെരിഞ്ഞ്
മരുക്കടലാകുമോ?
രണ്ടു വാക്കുകൾ
ചേർന്നുരയുമ്പോഴീ
ചെണ്ടുണർന്ന പൂ
സൂര്യനാസ്ത്മീരുമോ?
ഞാനറിയാതെ
ചുണ്ടണയ്ക്കുമ്പോഴീ
രാഗമാനസം
മഹാകാവ്യമാകുമോ?

ദളം: 73

ഇന്നൊരു പൂവ് ഞാൻ
വരച്ചു വെച്ചാൽ
ഉണ്ടാകുമതിൽ നിന്റെ
കണ്ണും മൂക്കും.

ഇന്നൊരു ഹൃദയം ഞാൻ
വരയ്ക്കുന്നാകിൽ
ഉണ്ടാകാമതിൽ നിന്റെ
ചെണ്ടും ചേലും

ഇന്നു ഞാൻ നിന്നെത്തന്നെ
വരയുന്നാകിൽ
ഉണ്ടാമോ അതിൽ ഞാനും
ഇരുണ്ട രാവും?

ദളം: 74

ഒരു ചിരി കൊണ്ടു
ലോകം ജയിക്കുവാൻ
കഴിയുമെന്നുള്ള
വാശിയിലാണു നീ.
അതേ ചിരിയിനാൽ
നീയെന്നിലാകുമെ_
ന്നുയിരിലാനന്ദ_
മാകുകയാണു ഞാൻ.
ചിരി മറന്നൊരു
ലോകത്തിലിങ്ങനെ
ചൊറിയുകയാണ്
നമ്മളിലാനന്ദം!

ദളം: 75

ആയിരമല്ല,ജന്മാന്തരം നിന്റെ
ആരുയിർക്കഥ കേട്ടതീ രാവുകൾ.
ഓരോ രാവിലുമോരോ കിനാവിലും
താരഹാരപരിവേഷമാം വാനിലും.
ആയിരമല്ല,ആത്മാവിലാകുലം
കാതടക്കം പിടിച്ച നിശ്വാസങ്ങൾ
ബാഹ്യചാരുതയൊക്കെയൊഴിഞ്ഞതിൽ
ബോധമാത്രമായ്ത്തീർന്നതാം നേരുകൾ.
ആയിരമല്ല,ജന്മജന്മാന്തരം
തീയണയാതെരിഞ്ഞ മിഴികളായ്
ആർദ്രമാം വാക്കിനുള്ളിൽ കഥാന്തരം
വീണെരിഞ്ഞതാമീയൽത്തുടിപ്പുകൾ.
ആയിരത്തൊന്നു രാവായ് പ്രണയമേ
ആത്മവിശ്രാന്തമേതിരുൾ ശയ്യയിൽ
നീയൊളിഞ്ഞതാ,ണെങ്ങെന്നറിയാതെ
ഞാനിരിക്കയാണെന്റെ തീക്കൂടിതിൽ.

ദളം: 76

നിൻ മുടിക്കെട്ടിൽക്കോർത്ത
മുല്ലപ്പൂമണം,കവി_
ഞ്ഞെന്നുള്ളിൽ,പ്രണയമേ,_
യെന്തൊരുന്മാദം സിര_
തോറുമേ,മയങ്ങിപ്പോ_
മുള്ളിലെൻ കിനാവുകൾ.
എത്രകാലമായതെൻ
മുറ്റത്തു വിടരുന്നു
ഇത്തിരിപ്പോലും ഗന്ധ_
മുയരാ,തനാവൃതം.
എങ്കിലുമണിമുടി_
ത്തുമ്പോളമുലയുമ്പോൾ
എന്തു നിർവൃതി,താനേ
കവിഞ്ഞേൻ സുഗന്ധമായ്.
മുറ്റത്തെ മുല്ലയ്ക്കുണ്ടാം
മണ,മെന്നറിയാതെ
വെട്ടിമാറ്റിയ വള്ളി_
ത്തുമ്പാകെ വസന്തമായ്.

ദളം: 77

പണ്ടേ നീ കാട്ടുഞാവൽ_
പ്പഴത്തിൻ രുചി,നിറം
കൊണ്ടെന്റെ നാവിൻ തുമ്പും
നീലിക്കാൻ ചുംബിച്ചല്ലോ.
അന്നു ഞാൻ കലഹിയെ_
ന്നുഴറി,ചുംബിച്ച നിൻ
സങ്കടങ്ങളാം നീല_
നിറത്തിൻ മോഹാവേശം.
എത്ര വേഗമാണവ
മാഞ്ഞതീ നാവിൽ നിന്നും
അത്രമേൽ വിരഹിയായ്,
മാഞ്ഞുവോ തീച്ചുംബനം?
പല നാളുകൾ പല
ജന്മങ്ങളെന്നായ്,നമ്മൾ
പലതാമിടങ്ങളിൽ
പകർന്നു ശിഷ്ടാർത്തികൾ.
എങ്കിലുമാരാനുണ്ടാം
ഞാവലാം നാവും നീട്ടി_
യെന്നോർക്കെ,നാവിൽച്ചോര_
യിറ്റുന്ന ദുഃസ്വപ്നമായ്.
നീറുകയാണെന്നുള്ളം
നീയറിയാതെന്നാലും
നീലയാമതിൻ ജ്വാല
നിത്യനിർമ്മലാനന്ദം.

ദളം: 78

ചിലരോ നിലാവാകും.
ചിലരോ നിഴലാകും.
ചിലരോ വെയിലാകും.
ചിലരോ തണലാകും.
പറക്കാനാകും തുള്ളി_
ച്ചിരിക്കാനാവും കാറ്റായ്.
കറങ്ങാനാവും കടൽ_
ത്തിരയായ് ചുഴലിയായ്.
അലച്ചു പെയ്യാനാവും.
ഉലഞ്ഞു പൂക്കാനാവും.
നിറഞ്ഞു തൂവാനാവും.
നിറയാക്കണ്ണീരാവും.
മിന്നലായ് മിടിപ്പാവും.
മിന്നിപ്പോം ജ്യോതിസ്സാവും.
തെന്നലായ് തൊട്ടേ മായും.
മണ്ണിലും പൂത്തേ മേവും.
ചിലരേകാന്തം കനൽ.
ചിലർ മൂകമാം ജ്വാല.
ചിലരാദിമ ഹിമം.
ചിലരാഗ്നേയഭ്രമം.
പ്രണയിക്കുവോരത്രെ.
പ്രശമിക്കുകയത്രെ.
പ്രശാന്തം ജീവാജീവ
പ്രപഞ്ചാകൃതം,ശുഭം.

ദളം: 79

ഒന്നിച്ചു നടന്നാലു_
മൊന്നിച്ചു ചിരിച്ചാലു_
മൊന്നിച്ചേ ശയിച്ചാലു_
മൊന്നാകാനാവതുണ്ടോ?
നീ ചിരിക്കുമ്പോളെങ്ങോ
ഞാനുറിച്ചിരിപ്പുണ്ടാം
നീ കരയുമ്പോൾ നിന്റെ
കണ്ണീരായുണ്ടാം ഞാനും
നീ വെറുക്കുമ്പോൾ വേര_
റ്റെങ്ങനെ പതിക്കും ഞാൻ?
നീ തഴുകുമ്പോൾ മുള_
പൊട്ടി ഞാനുയിർക്കുമോ?
വെറുതെ ചിന്തയ്ക്കുള്ളിൽ
കട്ടുറുമ്പുകൾ കുത്തി
കടയോളവും നീറ്റും
കടച്ചിലൊടുങ്ങാതായ്.
എങ്കിലും പ്രണയിപ്പൂ
നിന്നെ ഞാ,നല്ലെന്നാകി_
ലെങ്ങനെ ദിനരാത്ര_
മിങ്ങനെ കറങ്ങുവാൻ?

ദളം: 80

പാലപൂത്തെന്നായ്
നിലാവൽ നിൻ സൗഗന്ധം.
പാതിരാപ്പാതയിൽ
പാർത്തിരിപ്പാണു ഞാൻ.
യക്ഷിയെന്നാലും നീ,
പക്ഷമില്ലാതെ ഞാൻ.
നിശ്ശബ്ദമന്ത്രമായ്
വീശുന്നു മാരുതൻ.
ചുണ്ണാമ്പളുക്കു പോൽ
ചന്ദ്രനു,ണ്ടാകാശം
മന്ത്രങ്ങളൊട്ടും
പിഴയ്ക്കാതെ താരകൾ
നിൻ പേരതിതാര_
സ്ഥായിയിൽ മീട്ടുമെൻ
ഗന്ധർവവീണ തൻ
ലോലമാം തന്ത്രികൾ.
എങ്കിലുമെത്ര
നിഗൂഢമാ,ണാകുലം
കൺതുറക്കുമ്പൊഴേ_
ക്കത്രയും മാഞ്ഞുപോയ്.
ഉണ്ടായിരുന്നു നീ_
യെൻ ശീതശയ്യയിൽ
മിണ്ടാതെ,യത്ര_
പിണക്കം നടിക്കുവാൻ.

ദളം: 81

രാത്രിമഴ തോർന്നു
പോയൊരിതൾത്തുമ്പിൽ
നീർത്തീയൊരു തുള്ളി
ആകാശം.

അതിലോർക്കാതൊരു
കിരണത്തിലുദിക്കുന്നു
കാണാ വാനത്തി_
ന്നൊരു താരം.

മിഴി മണ്ണിലുതിരാതെ
കാക്കേണം സ്വപ്നം
കണ്ണീരണിയാതീ
രാ പ്രണയം.

ദളം: 82

വെറുതെ കണ്ണിൽക്കണ്ണിൽ
നോക്കി നാമിരുന്നപ്പോൾ
മിഴികൾക്കുള്ളിൽ നിഴ_
ലിളകിപ്പിടഞ്ഞുവോ?
വെറുതെ തമ്മിൽത്തമ്മിൽ
ചിരിച്ചേയിരുന്നപ്പോൾ
കരയാനാവാതേതോ
വ്യഥയാൽ വിറച്ചുവോ?
വെറുതെ വെറുമോരോ
പയ്യാരം കൊറിച്ചു നാം
പറയാനിരുന്നവ_
യൊക്കെയും വിഴുങ്ങിയോ?
വെറുതെ വെറുതെയോ
സ്നേഹിക്കാൻ മറന്നു നാം
വെറുക്കാൻ മാത്രം
ജീവനുള്ളതായ് നടിച്ചുവോ?
വെറുതെ പരസ്പരം
പുണർന്നേ ശയിക്കുവാൻ
കുതറും മിടിപ്പുകൾ
നിന്നതായ് മരിച്ചുവോ?

ദളം: 83

എത്ര നിശ്ശബ്ദ_
മോരോ നേരത്തിനും
ചിത്രവേഗം
നിറം മാറി നിൽപൂ നീ.
പൂ വിരിയുമ്പോൾ
പൂവായി മാറുന്നു.
കാറ്റിനൊപ്പമായ്
വണ്ടായ് മുരളുന്നു.
വിണ്ടലങ്ങളിൽ
വിസ്മയ നീലിമ.
മൺതടങ്ങളായ്
രാഗാർദ്രശോണിമ.
രാവിനൊപ്പം
നിലാവതിൻ പൂർണിമ.
താരഭാര_
മണിയുമരുണിമ.
നിന്നനുരാഗം
നെഞ്ചിൽത്തുടിക്കുമെൻ
വെൺപിറാവിലും
കാണാ തരളത.
നിന്നെ മാത്രം
നിനച്ചേയിരിക്കയാൽ
നിന്നസാന്നിദ്ധ്യ_
മോരാതായ് ശൂന്യത.

ദളം: 84

തുള്ളി തുള്ളിയാ_
യിറ്റു വീഴും നിന്റെ
കണ്ണുനീരിലായ്
സന്ധ്യ തൻ ശോണിമ.

ഒന്നതെൻ കണ്ണി_
ലൊപ്പിയെടുപ്പതിൻ
മുൻപതൊക്കെയും
രാ നിഴൽ മായ്ച്ചതായ്.

ഉള്ളു പൊള്ളിക്കടൽ
തേങ്ങി നിൽക്കുന്നു
കണ്ണിരുട്ടിലാ_
കാറ്റൊച്ച നേർക്കുന്നു.

വന്നു നീയൻ
കരം പിടിച്ചെന്ന പോൽ
നിന്ന നില്പ്പി_
ലിരുളും വിഴുങ്ങുന്നു.

രാത്രി തൻ കടൽ.

ദളം: 85

പിന്നെ നീ സൗഗന്ധിക_
പ്പൂവിനായ് കൊതിച്ച നാൾ
വണ്ടിനെപ്പോലെ ഞാനാ_
ഗന്ധവും തേടിപ്പോയേൻ.
കണ്ടതില്ലൊരേടവും
കാണാത്ത ഗന്ധം മാത്രം
കണ്ണടച്ചിരുന്നാലു_
മെങ്ങതെന്നറിയാതെ.
ഉള്ളിലുണ്ടതിൻ ഗന്ധം
ഉണ്മയെന്നതായ് രൂപം
ഉള്ളതോ പുറം കാണാ_
തൊളിയും മായാപുഷ്പം.
എങ്ങനെ കാട്ടേണ്ടൂ ഞാൻ
നിൻ മുന്നിലെന്നോർക്കവെ
കൺതുറക്കുകെന്നു നിൻ
ചിരിയാം സൗഗന്ധികം.
സങ്കടങ്ങളാം സ്വപ്നാ_
ച്ഛാദിതമൗനം കൊണ്ടേ
സർഗസൗവർണാത്മനാ
വിടർന്നോ സൗഗന്ധികം?

ദളം:86

മറന്ന പാട്ടിന്റെ
വരികളോർമ്മയിൽ
തികട്ടുമ്പോലെന്തോ
തെളിയുന്നുത്സാഹം.
അതിന്നീണമെത്ര_
യുരുവിട്ടെന്നാലും
അതീന്ദ്രിയമതി_
ന്നിഴകൾ തേങ്ങുന്നു.
മറന്നതല്ലെന്റെ
പ്രണയമേ നിന്നെ
മറവിയിൽപ്പോലും
മരിക്കാ രാഗമേ.

ദളം: 87

ഒരോറഞ്ചല്ലി നീ_
യെനിക്കു നീട്ടുന്നു.
അതോ നിൻ ചുണ്ടുകൾ!
അതിലുലാവുന്നു
തനി മധുരത്തേൻ.
തുളുമ്പുമെൻ ചുണ്ടിൽ.
ഒരോറഞ്ചല്ലി ഞാൻ
നിനക്കായ് നീട്ടുന്നു.
മധുമയം സ്വപ്നം.
അതിലിനിപ്പുണ്ടേ
പുളിയെരിവുകൾ
പുകഞ്ഞു തുപ്പും നീ.
ഒരോറഞ്ചല്ലിയിൽ
ഒതുക്കുമെങ്ങനെ
കുരുക്കളായ് ജീവൻ?
അതിലറിയാതെ
പിടയ്ക്കും പ്രാണന്റെ
പ്രണയനാരുകൾ?

ദളം: 88

ഇനിയെന്തേകുവാൻ
നിനക്കു ഞാനിനി?
ധനുമാസക്കുളിർ
പുതയും രാവൊരു
നനുത്ത നിശ്വാസ_
ച്ചിറകടിയാകെ
നിലാവിനാലുള്ളം
നിറകടലാകെ
ചടുലതാളമായ്
ഹൃദയമുന്മദം
മുളങ്കുഴലായി
മുഴങ്ങുമീണവും
മുറുകും ചുണ്ടാലെ
നിറന്ന ചുംബനം
ഉടലിൻ വേപഥു
വിടർത്തുമാഗ്നേയം.
തരുവാനെന്തിനി
പകരാനെന്തിനി
പ്രണയമേയത്ര
പരിഭവങ്ങളിൽ.

ദളം:89

എനിക്കുള്ളിൽ നീയേ
കൊളുത്തി നീട്ടിയ
മിഴി തിരിയാളി_
പ്പിടഞ്ഞു രാത്രിയായ്.
എനിക്കുള്ളിൽ നീയായ്
വിടർന്ന പാലപ്പൂ_
വിതളിൽ ഗന്ധമേ,_
യുറങ്ങു രാത്രിയായ്.
എനിക്കുള്ളിൽ നീയോ
കുളത്തിൽ നീരാട്ടും
നിലാവിനൊപ്പമാ_
യലിഞ്ഞു രാത്രിയായ്.
എനിക്കുള്ളിൽ നീയാം
പനിക്കും മഞ്ഞിലും
വിറച്ചു വീർപ്പറ്റു
ശയിക്കും രാത്രിയായ്.
എനിക്കുള്ളിൽ രാവേ
ഇരുൾപോത്തിൻ കൂന്ന
മുതുകിൽ ചേർന്നിരു_
ന്നൊട്ടുക്കം നീയായി.

ദളം: 90

ഏതു പൂവിലും
നീ പൂത്തിരിക്കുന്നു.
ഏതു സ്വപ്ന_
ശലഭാർത്തിയായി ഞാൻ?
ഏതു സ്വപ്നവും
നീയായിരിക്കുന്നു.
ഏതടഞ്ഞ
മിഴിയായിരുന്നു ഞാൻ?
ഏതു കണ്ണിലും
നീയായ് വിടരുന്നു.
ഏതിരുട്ടിൻ
നിഴലായിരുന്നു ഞാൻ?
ഏതു നോവിൽ നീ
ഞാനായ് പിറക്കുവാൻ?
ഏതു ലോകവും
നീ മാത്രമാകുവാൻ.

ദളം: 91

നിന്റെ കാതിലെൻ
പാട്ടു,ണ്ടതെങ്കിലും
നിന്നിലൂറുന്ന_
തില്ലതിന്നീണങ്ങൾ.
നിന്റെ കണ്ണിലെൻ
ശോഭയുണ്ടെങ്കിലും
നിന്നിലാളുന്ന_
തില്ലെന്റെ നേരുകൾ.
നിന്റെ മൗനത്തി_
ലെൻ സ്വരമെങ്കിലും
നിൻ നിശ്വാസത്തി_
ലില്ലെന്റെ കമ്പനം.
നിന്നുറക്കത്തിൽ
ഞാനുണർന്നെങ്കിലും
നിന്റെ സ്വപ്നമാ_
യില്ലെൻ പ്രണയവും.
ആകയാലെത്ര
വ്യർത്ഥമെന്നോർത്തെന്റെ
ജീവനെ നിന്നിൽ
ചേർത്തണയ്ക്കുന്നു ഞാൻ.

ദളം: 92

എനിക്കു കോങ്കണ്ണാണ്
നിന്നെ നോക്കുമ്പോൾ മാത്രം,
എന്നു നീയിടക്കെന്നെ
കളിയാക്കുന്നു,സത്യം.
നിന്നെയല്ലാതെയാരെ
നോക്കുവാനെനിക്കാവും?
മറ്റാരെ നോക്കുമ്പോഴും
നോട്ടം നിന്നിലേ വീഴും.
നോക്കുന്നതന്യനാരെ_
യാകിലും കാണ്മൂ നിന്നെ
നോട്ടമങ്ങനെയാക_
യാലാവാം കോങ്കണ്ണായി.
മറ്റുള്ളോർക്കറിയില്ല
കാഴ്ച്ച തൻ രഹസ്യങ്ങൾ
മറ്റുള്ള നോട്ടങ്ങളി_
ലറിവീലതിൻ നോട്ടം.

ദളം: 93

ഒളിച്ചുവയ്ക്കും നീ
ചിലതെന്തോ ഉള്ളിൽ.
ഒളിഞ്ഞു നോക്കുമേ
അതു നിന്നെത്തന്നെ.
ഒളിച്ചു വെച്ചാലും
ഒളി വിതറിടും
വെളിച്ചത്തുള്ളിയായ്
വിളങ്ങുകില്ലയോ?
പ്രണയമെന്നതോ
മണക്കും പൂവല്ലേ?
മറന്നു പോയാലും
മറയാതായത്.
ഒളിപ്പതെന്തിന്
മറപ്പതെന്തിന്
മനസ്സിലെ പിറ
നിലാവലിഞ്ഞത്.

ദളം: 94

പണ്ടു കേട്ടതാം
പാട്ടിന്റെയീണമൊ_
ന്നുണ്ടതുള്ളി,_
ലിഴയറ്റലയുന്നു.
പണ്ടിരുട്ടിൽ
നടന്ന വഴികളെ
വെണ്ണിലാവാക്കി
മാറ്റിയൊരീണങ്ങൾ
നിന്റെ ജാലക_
നീല ഞൊറി കാറ്റി_
ലെന്നെ നോക്കി
ചിരിച്ച സംഭ്രാന്തിയിൽ
കണ്ടതില്ലാ
നിലാവിലാ രാമിഴി_
യുള്ളിലേറ്റി
നടന്ന ജന്മാന്തരം.
എങ്കിലു,മിഴ
യറ്റതാം പാട്ടിന്റെ
തൊണ്ടയിൽ ഞാ_
നടഞ്ഞതാണത്രയും.

ദളം: 95

എത്ര പെയ്തു
നിറഞ്ഞതാണോമനേ
നിത്യവും നിൻ
മിഴികളിൽ രാത്രികൾ
അത്രയുമുറങ്ങാതെ
കാക്കുന്നു നീ
അർത്ഥമില്ലാത്ത
സ്വപ്നവിഭ്രാന്തിയിൽ.
നിഷ്ഠയില്ലാത്ത
ജീവിതചര്യയിൽ
നിത്യഭ്രാന്തൻ
അലയുകയാണു ഞാൻ
നിഷ്ഫലം,നി_
ന്നടുത്തെത്തുവോളവും
നഷ്ടചേതസ്സി_
താരറിഞ്ഞീടുവാൻ?
കണ്ടുമുട്ടാ_
തിരിക്കുവാനാവുമോ
കണ്ണടച്ചിരു_
ട്ടാക്കി നാം നേരുകൾ?

ദളം: 96

ഒന്നുമേയെഴുതുവാ_
നാവാതന്നൊരു വെള്ള_
ക്കടലാസാരും കാണാ_
തൊളിച്ച തന്നീലയോ?
അതിലായിരുന്നെന്റെ
മിടിക്കും പ്രണയത്തെ
നിനക്കായ് മാത്രം കാണും
കണ്ണാൽ നീ വായിച്ചത്.
അതിലെൻ ജീവൻ നിന്നി_
ലെന്ന പോൽ പൂവിട്ടത്.
തീയാണെന്നതു നിന്റെ_
യുടലിൽ നീ ചേർത്തത്.
ചുംബനങ്ങളാൽ നീയെൻ
പ്രാണനെ ലാളിച്ചത്.
ചെമ്പനീരലരെന്ന
പോലതിൽ തുടുത്തത്.
എപ്പോഴോ മറന്നു നാം
വെറുമാക്കടലാസിൻ
വിസ്മയം,വിലാസമേ_
ചേരാത്ത പാഴാം സ്വപ്നം.
വിസ്മൃത,മെങ്ങോ വലി_
ച്ചെറിഞ്ഞെന്നാലുമതിൽ
നിസ്പൃഹമിരിപ്പുണ്ടാം
തരളം മിടിപ്പൊരാൾ.

ദളം: 97

ചില നക്ഷത്രങ്ങൾ തമ്മിൽ
കൂട്ടിമുട്ടാറുണ്ടത്രെ.
അത്രയും ദൂരങ്ങളിലാണവ_
യെന്നാലേതോ കാന്തിക_
പ്രഹേളിക തങ്ങളിൽ വലി_
ച്ചടുപ്പിക്കയാലാവാം ഹേതു.

ചില ജന്മങ്ങൾ തമ്മിൽ
കൂട്ടിമുട്ടുകയത്രെ.
അത്രയും ഹൃദയങ്ങൾ
തങ്ങളിൽ ചേർക്കും ധ്രുവ_
ദൂരമെന്നറികിലും
എപ്പോഴും ചേർന്നേ നിൽക്കാൻ.

പ്രണയ,മതിൻ വശ്യ_
മാരത്രയറിയുവാൻ?

ദളം: 98

ഒരു കുടന്ന നിലാവിൽ മുഖം നോക്കും
ഒരു മുഖമെന്തോ ഓർമ്മയിൽ,വെണ്ണിലാ_
പ്പുടവ നെഞ്ചിലിഴഞ്ഞൊരെൻ നിദ്രയിൽ_
പ്പിടിതരാതെ നിഴലായലിയുന്നു.
വെറുതെ സ്വപ്നവിഭ്രാന്തമെന്നെപ്പോഴും
തല കുടഞ്ഞു ഞാൻ നിൽക്കെ നിൻ നിശ്വാസ_
മൊരു ചെറു തെന്നലെന്നപോൽ ജന്നലിൻ
സ്ഫടികപാളിയെ മുട്ടിത്തുറക്കുന്നു.
അരികെ നിൻ മുടിക്കെട്ടിൽ നിന്നൂർന്നതാം
പരിമളം ശ്വാസരന്ധ്രമിതാകെയും
വിരഹരാവിൻ വിഷാദനിശ്ശബ്ദത
നിറയുമോർമ്മയെ വിഹ്വലമാക്കുന്നു.
ഇനിയുറങ്ങുവതെങ്ങനെ,പാർവണ_
നിശയൊരുക്കും പ്രണയനിലാവിതിൽ
അരികിൽ നീയെന്ന പോലെൻ കവിളിലേ_
ക്കൊരു ചെറുതുള്ളി മഞ്ഞിൻ പകർച്ചയിൽ?

ദളം: 99

ചില്ല തൊട്ടു
പറന്നു മായുന്നെങ്ങോ
ചൊൽവിളി
യറിയാത്തതാം പക്ഷികൾ.
നമ്മിലെന്ന പോൽ
സ്പർശിച്ചു മായുമീ
തമ്മിലാശ_
കെടാത്ത സ്വപ്നങ്ങളായ്.
നിന്നിലെങ്ങാ_
നവ കൂട്ടുകൂട്ടുമെ_
ന്നെന്നിലാരോ
പതുക്കെ മൂളുന്നുവോ?
എന്നിൽ നിന്നും
പറക്കുവാനായുന്ന
ഗദ്ഗദങ്ങളാം
ശീലായ്മയെന്ന പോൽ.
കൂട്ട കൂട്ടുവാ_
നാവാതെ പോകിലെൻ
കൂട്ടുകാരീ
മറക്കാതെ മാഴ്കു നാം.

ദളം: 100

ചില്ലു പാത്രത്തിൽ
ത്തുളുമ്പും നിലാവിനെ
തൊള്ള തൊടാതെ
വിഴുങ്ങി,യിടറുന്ന
കൺകളെ നേരെ
യുയർത്താൻ പണിപ്പെട്ടു
കാലിൽച്ചെളിവര_
മെന്നപോലേകാന്തം
പാതയിലങ്ങനെ
നേർക്കെ പനങ്കുരൽ
മാളിക മെലെ നി_
ന്നെത്രയനായാസം
മുന്നിൽ വന്നിത്തിരി
ചുണ്ണാമ്പ് ചോദിക്കെ
അത്ര മുറുക്കിയ
ചോരച്ച ചുണ്ടടർ_
ന്നെത്ര വശ്യം നിന്റെ
ശ്വേതമാം പല്ലുക_
ളെന്നു കൊതിക്കെ
വെളിയിൽ നീളുന്ന നിൻ
രക്തമിറ്റുന്ന
പെരും നാവിനറ്റത്തു
സ്വപ്നവിഭ്രാന്തിയി_
ലെന്ന പോലത്രയും
വ്യർത്ഥമെന്നുച്ചം
മിടിക്കും ഹൃദയമോ?

ദളം: 101

ഞാൻ നട്ട മരങ്ങളിലെല്ലാം
നീ പൂത്തോ പൂക്കാലം?
ഞാൻ കുത്തിയ കുളമിന്നാകെ
നീ തേവിയോ വേനൽമഴ?
ഞാനാട്ടും ജീവിതമാകെ
നീയാടിയതേത് രസം?
ഞാൻ മൂളിയ പാട്ടിതിനെന്നോ
നീ മീട്ടി ശ്രുതിയീണം?
ഞാനാകും പുഴവിന്നാമോ
നീ ചിത്രച്ചിറകായി?
ഞാനെഴുതിയ കവിതയ്ക്കഴകായ്
നീയായോ അർത്ഥമുഖം?
ഞാനെന്തിന് ഞാനായെന്നേ
നീ ജീവനരതിയായി.
ഞാനാകുമെനിക്കല്ലാതെ
നീയാകാ നീയായി!

ദളം: 102

പ്രണയിക്കറിയില്ല
നിലാവിൻ ഉൾവൽക്കനം
വായുവിൽ തുഴയുമാ_
റെന്തിത്ര ഘനശൂന്യം.
ഉയരങ്ങളിലുണ്ടാം
പരുന്തിൻ ചിറകിലാ_
യത്രയും സ്വച്ഛം ശാന്ത_
നിശ്ചലം നിരാമയം.
വിരഹിക്കെന്നാലതാ_
ണത്രയും ഘനമൗനം.
വ്യർത്ഥമെന്നതിൻ നിഴൽ_
ച്ചിറകിൻ ഘനശൈത്യം.
ഹിമശീതളമതിൻ
മുഷ്ടിയാൽ മൃതഭീതം
മയങ്ങും ലോകാന്ധത
മുഴങ്ങും മുളഞ്ചീറ്റൽ.
നിലാവിന്നറിയില്ല
മനസ്സിൻ ഋതുഭേദം.
നിലാവിലലിയുമേ
പ്രണയരതിഭേദം.

ദളം: 103

മൃദുവായ് നിന്നംഗുലീ_
സ്പർശത്താൽ ശമിക്കട്ടെ
പിടയും നെഞ്ചിൽത്തുടി_
കൊട്ടുമെന്നാശങ്കകൾ.
കനവായ് നീറും വ്യർത്ഥ_
ജന്മശിഷ്ടാർത്തികളിൽ
കനിവായ് നീ ചേർത്താലും
പ്രണയമധുസ്വേദം.
പൊതിയുകെന്നെ സ്നിഗ്ദ_
സ്നേഹപാശത്താ,ലാതി
കവിയും മൗനത്താ,ലെൻ
ജീവനമുമിത്തീയായ്.
കടലായൊന്നിച്ചിനി_
യലച്ച് ശമിക്കട്ടെ
കയങ്ങളോളം ശാന്തി,
നന്മയായ് ലയിക്കുവാൻ.

ദളം: 104

ഉള്ളുതൊട്ടു
വായിക്കണമെന്നുടൽ
ഉണ്മയെന്നേ
മറിച്ചു നോക്കുന്നു ഞാൻ.
ഉള്ളിലുണ്ടാ_
മെഴുത്തുക,ളേതൊരു
കണ്ടെഴുത്താ_
ണവ,യില്ല നിശ്ചയം.
ഇങ്ങനുണ്ടോ
ലിപികൾ,തൊട്ടുമ്പൊഴേ
കണ്ണടച്ചു
കാട്ടും മറുലോകങ്ങൾ.
എങ്ങ,നാരു
വായിച്ചിടാൻ?വാക്കുകൾ
തങ്ങി നില്പാ_
ണിടറുമാ തൊണ്ടയിൽ.
ഉള്ളിൽ നിന്നെ
ഞാൻ കണ്ടെത്തിടുമ്പൊഴോ
കള്ളി വിട്ടു
പറന്നേൻ പ്രണയമായ്.

ദളം:105

പഴയ വഴിത്താര.
നാം നമ്മെ കാത്തേ നിന്ന
പാഴ്മരം അത്താണിയായ്
ചാരി ഞാനിരിക്കയാം.
നീ വരും വഴിയന്നേ
തീ വെയിൽ,നിലാവെന്നായ്
പൂക്കൊഴിഞ്ഞൊരാ നിഴൽ
ചേർത്തു ഞാനിരിക്കയാം.
എത്രയോ പ്രതീക്ഷ തൻ
പാഴിരുൾക്കനം താങ്ങി_
യെപ്പോഴോ മുളുകെല്ലു
ക്കുന്നപാടിരിക്കയാം.
ഇപ്പോഴും സ്വപ്നാവിലം
പൂവുതിർക്കുമെന്നോർക്കും
അത്രയുമുണക്കത്തിൽ
ഭ്രാന്തമായിരിക്കയാം.
ഒന്നുമേ പറയാതെ
നീ പോയ വഴി നീളെ
വന്നുപോം നിഴൽ തമ്മിൽ
ചുംബിച്ചേ ലയിക്കയാം.

ദളം: 106

കൈതപ്പൂത്തതാ_
ണെന്നു നീ,തൈമണി_
ക്കാറ്റില്ല,ണ്ടെങ്ങു
നിന്നീ പരിമളം?
ഉള്ളുലഞ്ഞു നീ
നിൽപ്പതെന്തിങ്ങനെ
ചെണ്ടുലഞ്ഞൊരാ
സൗഗന്ധവാഹിയായ്?
ഏതു ജന്മത്തി_
ലായിരുന്നെന്നു ഞാൻ.
ഏതു സ്വപ്നത്തി_
ലായിരുന്നെന്നു നീ.
ഗുപ്തമല്ലെന്റെ
ജീവന്റെ തന്തുവിൽ
സുപ്തമായതാ_
ണത്രേ ജന്മാന്തരം
ഇപ്രപഞ്ചസന്താപ
സന്തോഷങ്ങൾ_
ക്കപ്പുറമതിൻ
ഗന്ധമുണർത്തുവാൻ.

ദളം: 107

പാമ്പുറയായി ഞാനീ
വേലിയിൽക്കിടക്കുന്നു.
പാമ്പെന്നു കരുതി നീ
പേടിച്ചു മടങ്ങുന്നു.
എൻദേഹമിതോയെന്ന
സന്ദേഹമായോ നീയും
നിശ്ചലം കിടക്കുമെൻ
വസ്ത്രത്തിലറിയാതെ?
കാറ്റതിൽ ജീവനായി_
ത്തുടിക്കെ നീ ജീവനേ
കാലമെന്നതിൽ മൂകം
കാവ്യമാകയോ ചിരം?

ദളം: 108

ചായുന്ന വെയിലായി
ചിലപ്പോൾ നടന്നു നീ
മായുന്ന നിഴലൊപ്പം
ചിലപ്പോളിരുണ്ടു നീ.
കാണാത്ത നക്ഷത്രത്തെ
കൺകളാൽ പിൻചെന്നു നീ
തോരാത്ത മഴയായി
തന്നിലേ ശമിച്ചു നീ.
ഉറങ്ങും മുമ്പേ സ്വപ്നം
കണ്ടതായുണർന്നു നീ
ഉലകമതിൻ ചക്ര_
ഗതിയെ മറച്ചു നീ.
എങ്കിലും നിനക്കില്ല
വെറൊരു ഗ്രഹം,എന്നിൽ
നിന്നിനി സൗരബലം
വിടർത്താനാകാ സഖീ.

ദളം: 109

നീലയാകാശം,നീല
മേഘങ്ങൾ,കടൽ നീല,
നീലയിൽ നീന്തും പകൽ
നീലയാം നിലാരാവ്.
നീലയാണെനിക്കിഷ്ടം
നീ മിഴി തുറക്കുമ്പോൾ
നീലയാം കയത്തിലേ_
ക്കുളിയിട്ടെന്നും ജന്മം.
നീലയാണെന്നും സ്വപ്നം
നീലിമേയലിയും ഞാൻ
നീലയാമിനീ ലയം
നീലയാമുനാപുണ്യം.

ദളം: 110

പറന്നു പറന്നു നീ
പോയതെങ്ങാവാ,മില_
മുടിയിൽ നിന്നും നിന്റെ
കൂറ്റ കേട്ടതായ്ത്തോന്നി.

എങ്കിലുമതിഗൂഢം
ഞാനൊന്നു കൂകി,ഭ്രാന്ത_
സങ്കടങ്ങളിൽ നിന്നെ
കേട്ടുയിർ തുടിക്കുവാന്.

എന്റെ കൂകലിന് രസ_
ഹീനമാമുയിരതിൽ
വന്നു നീ മറു കൂക്കായ്
തീർക്കുമോ മധുപർക്കം?

ദളം: 111

ചിലപ്പോൾ മതിഭ്രാന്തിൽ
പുഷ്പങ്ങൾ നീയായ്ത്തോന്നും.
വെറുതെയിടക്കെയിൽ
സ്പ ർശമൊന്നെന്തോ തോന്നും.
നടക്കുന്നേരം നിഴൽ
പെട്ടെന്ന മാറിപ്പോകും.
ഇരുട്ടിൽ കാറ്റിൻ ചിറ_
കനക്കം നെഞ്ചി ൽത്തോന്നും.
അടഞ്ഞ വാതിൽ തുറ_
ന്നടയുന്നതായ്ത്തോന്നും.
ജാലകച്ചില്ലിൽ നിലാ_
ച്ചിരിയിൽ മങ്ങിത്തോന്നും.
സ്വപ്നത്തിൻ മുടിച്ചുരുൾ
മൂട്ടുന്നതായിത്തോന്നും
ഒറ്റയ്ക്ക് കണ്ണുംപൂട്ടി_
യിരിക്കുന്നതായ്ത്തോന്നും.
കട്ടിലിൻ ഞരക്കത്തിൽ
ഞെട്ടുന്നതായിത്തോന്നും.
പുസ്തകത്താളിൽ മിഴി_
പ്പീലി വീണതായ്ത്തോന്നും.
പെട്ടെന്ന പിന്നിൽ പാദ_
നിസ്വനമായിത്തോന്നും.
പൊട്ടിയ ചിലങ്ക വീ_
ണലയ്ക്കുന്നതായ്ത്തോന്നും.
നക്ഷത്രമെണ്ണും പകൽ
ഭ്രാന്തായതായിത്തോന്നും
.നിശ്ശബ്ദമൊരേ രാവിൻ
നിശ്വാസമായിത്തോന്നും

തോന്നിയതെല്ലാം വെറും
തോന്നലായിരുന്നാലും
തോന്നണമെപ്പോഴുമേ
നീയെന്നിലിരിക്കുവാൻ.

ദളം: 112

ഇത്രമാത്രമേ ഞാനറിയും നീയോ
ചൈത്രപൂർണ്ണിമ, പൂത്തിടുമാമ്പലായ്
അത്രയുണ്ടാവാം വേനലിൻ ചില്ലമേൽ
സ്വപ്നമാത്രയിൽപ്പാറും ശലഭമായ്
നിത്യവുമെന്നെ കാണാതൊളിയുവാൻ
കത്തുമെൻ നെഞ്ചിൻ തീയിലുമാർദ്രമായ്
നഷ്ടമായെന്നു തേടുമ്പൊഴും നീയെൻ
വ്യർത്ഥജീവനിൽ തൊട്ടേൻ പ്രണയമായ്
അത്രയും ഹിമാഘാതാല്പുറഞ്ഞൊരെൻ
സത്യമേ നീയെൻ ജീവാനുരാഗമായ്
ശപ്തമെൻ ജന്മതാപാഗ്നിയത്രയും
പുഷ്പരേണുവായ് തീർക്കും വസന്തമായ്
എപ്പോഴുമെന്നിൽതൊട്ടുഴിയൂ ജന്മ_
സ്പർശമാത്രയിൽ ഭ്രുവാം പ്രതീക്ഷയായ്.

ദളം: 113

എപ്പോഴുമുറക്കത്തിൽ
നിന്നൊപ്പമിരുന്നെന്റെ
സ്വപ്നമേ,യുറക്കാതെ
നിന്നെ ഞാൻ പുണർന്നല്ലോ!

അത്രമേൽ നിലാവല്ലോ,
ജാലകത്തിരശ്ശീല
പൊത്തുവാൻ കൺ പോളക_
ളടച്ചു പിടിച്ചല്ലോ!

എങ്കിലുമുള്ളം നിലാ_
വെന്ന ശങ്കയിൽ നമ്മൾ
അങ്ങനെയുടലുകൾ
തമ്മിലായ് പുതച്ചല്ലോ!

കാണരുതാരും കിനാ_
വെങ്കിലും തമ്മിൽച്ചേരും
ഭ്രാന്തമാമുടലുക_
ളത്രയുമഴിയുമ്പോൾ.

ദളം: 114

ദേവതയെന്നേ നിന്നെ_
യെപ്പോഴും നമിച്ചു ഞാൻ
ഭാവമേ നീയെത്രയാ_
മവതാരങ്ങളായി.
ചില നേരങ്ങൾ മഹാ_
കാളിയായ് പെരും നാവായ്
ചില മാത്രകൾ തല
യെടുത്താൾ,കബന്ധമേ.
ചില യാമങ്ങൾ രുദ്ര_
വീണ മീട്ടുവോൾ താരാ_
പഥമാകെയും നാദാം_
ബരമായലംകൃതം.
ചില വേളകൾ തപ_
ക്ലിന്നയാ,യപർണയായ്
ചിരജന്മത്തെ പുണർ_
ന്നാത്മവിസ്മയമായി.
പറയാനാവാത്തതാ_
മെത്ര ഭാവങ്ങൾ,ജന്മം
പരമാനന്ദം നേരും
പാരിലെൻ പ്രണയമായ്.
എങ്കിലുമെൻ പാതിയായ്
പങ്കിലമാവാതെന്നെ
ചങ്കിലേ ചേർത്തേൻ,വ്യഥാ_
സങ്കുലാനന്ദമയീ.

ദളം: 115

പണ്ടു ജ്ഞാനികൾ
നക്ഷത്രത്തെ പിൻചെന്ന പോലെ
വന്നു ഞാൻ നിന്നെത്തേടി
പുൽക്കുടിലൊന്നിൽ,ഭ്രാന്തം.
എത്രയോ കാലം മുമ്പാ_
ണെങ്കിലുമാ സ്വപ്നത്തിൽ
നിത്യവിസ്മയം നീയൊ_
രിടയകന്യാരൂപം.
ആടുമേയ്ക്കുവാനല്ല
സ്വപ്നങ്ങൾ മേയ്ക്കാൻ നീയെൻ
കൂടെയുണ്ടാമോ,യെന്ന
ചോദ്യമേ മഹാബദ്ധം.
ഇപ്പോഴുമുണ്ടാം നീയെൻ
സ്വപ്നത്തിന്നിടയനായ്
എപ്പോഴും കാണാക്കണ്ണി_
ന്നപ്പുറ,മേതോ ലോകം.
വെറുതെ, സ്വപ്നാഖിന്നം
ജീവിതം,പ്രണയത്തിൻ
മറുതീരത്തിൽ മിഥ്യ_
യാകില്ല ഇഹവാസം.

ദളം: 116

ജലത്തിൽ മത്സ്യം പോലെ,
അല്ലല്ല,നീന്തേണ്ട നാം
മനസ്സിൽ മത്സ്യം പോലെ_
യത്രെ,യീ പ്രണയികൾ.
പറവയായി വ്യോമ_
വീഥിയിൽ പല മട്ടാം
ചിറകിൽത്തുടിക്കേണ,_
മെങ്കിലേ പ്രണയികൾ.
വനത്തിൽക്കുതിക്കണം
മാനിണകളായ്,പൂവിൽ
ഭ്രമരങ്ങളായ്,പൂന്തേ_
നാവതേ പ്രണയികൾ.
എങ്കിലുമൊറ്റപ്പെട്ടും
നാളിൽ നാ,മേകാന്തമാം
സങ്കടമഹാമരു
താണ്ടേണ്ടും വിരഹികൾ.

ദളം: 117

ബുദ്ധനെന്നു ഞാനെത്ര
നിർവേദം നടിക്കിലും
ബദ്ധമോദമേ,നീയേ,_
യത്രമേലനുരക്ത.
എത്രമേൽ ധ്യാനസ്ഥനാ_
ണെന്നു ഞാനൊഴികിലും
മുഗ്ദ്ധ നീ,യെന്നിൽ ദർപ്പ_
മത്രയുമടക്കിനേൻ.
ഞാനലയുമെൻ പാത_
യത്രയും നീയെന്നായി.
ഞാനുണരുമീ ലോക_
മെത്രമേൽ വെളിച്ചമായ്!
രാവിലും നക്ഷത്രത്തിൻ
കണ്ണിലെ തിളക്കമായ്
നേരതിൽ ഇഹജന്മ_
നാളമാം സ്മിതാസ്യയായ്.
ആത്മബോധിയായ് നീയെ_
ന്നുള്ളിലേ രമിക്കയാൽ
സ്വാത്മബോധമേ ഞാനേ
പ്രണയശ്രീബുദ്ധനായ്.

ദളം: 118

ഭാഷയ്ക്കും മുമ്പുണ്ടായ
ഭാഷയാകയാലത്രെ
ഭാഷയല്ലാത്തൊരിഷ്ട_
ഭാഷയായതീ നമ്മൾ.
രാഷ്ട്രങ്ങൾക്കറിയാത്ത
രാഷ്ട്രമാകയാൽ ലോക_
രാഷ്ട്രങ്ങളുരുവാകാ
രാഷ്ട്രമയതീ നമ്മൾ.
ആകയാൽ പ്രണയികൾ_
ക്കില്ലാതായതിർത്തികൾ
ആവുമീയേകഭാഷ_
യ്ക്കുള്ളിലായ് ഭാവാന്തരം.
എങ്കിലും പരസ്പരം
തങ്ങളിലകലുമ്പോൾ
തിണ്ടിടിഞ്ഞൊഴുക്കത്തിൽ
കലങ്ങും രാഷ്ട്രം, ഭാഷ.
അപ്പോഴേ വിനിമയ_
സ്വപ്നങ്ങൾ മറഞ്ഞു പോം
അത്തിട്ടക്കത്തിലിരു_
ണ്ടുറയും മറുഭാഷ.
മറുഭാഷയിൽ കൊത്തി_
ക്കടയും ലോകങ്ങളെ.
മരുവാസ്ത്തീരുമുള്ളം.
മരണമെന്നാം രാഷ്ട്രം.

ദളം: 119

കാണുമ്പോഴേക്കും നിന്റെ
നാവഴിഞ്ഞിട്ടു,മേളു_
വാക്കിലും നിന്നാർദ്രത
ളുവെയിൽ കുടഞ്ഞിട്ടും.
പറഞ്ഞു പറഞ്ഞെല്ലാം
തീർന്നെന്ന ഞാനോർക്കിലും
പറവക്കൂട്ടം ചിറ_
കടിച്ചു പറന്നീട്ടും.
എങ്കിലും പിണങ്ങുകിൽ
നിൻ പരിഭവത്തിന്റെ
തണ്ടുകൾ കുഴഞ്ഞെല്ലാ
പൂക്കളും വാടിത്താഴും.
ഒന്നുമേ പറയാതെ_
നീ മുഖം കുനിക്കുമ്പോൾ
ഉള്ളിലായിരം ഫണം
നീർത്തുകയല്ലോ മൗനം.

ദളം: 120

നിലാവിനെപ്പോഴു_
മൊരേ നിറമല്ല.
നിറമണിഞ്ഞോരോ
വികാരമാം ലയം.
കരയുമ്പോൾ വിങ്ങി_
പ്പൊഴിയുമ്പോൽ നിറം.
ചിരിക്കുമ്പോളുള്ളം
തിളങ്ങിടും നിറം.
വിഷാദമേറവെ
വിഷനീലം നിറം.
കിനാവിലായ് മനം
കിനിഞ്ഞിടും നിറം.
മധുരിക്കുമോർമ്മ_
യ്ക്കതിലോലം നിറം.
മറവിയായ് നിഴൽ
വിരിച്ചിടും നിറം.
മരിച്ച സ്വപ്നങ്ങൾ
പുകഞ്ഞിടും നിറം.
മണക്കും പാലപ്പൂ
മിനുക്കിടും നിറം.
എനിക്കേതു നിറം?
നിനക്കുണ്ടാം നിറം.
നമുക്കലിയുവാൻ
പ്രണയമാം നിറം.

ദളം: 121

എന്നോട് ചൊല്ലുവാനെന്തോ നിഴ_
ലുള്ളിൽ മൊഴിഞ്ഞതു പോലെ
എന്നിലലിയുവാനെന്തോ നിലാ_
വുള്ളിലലിഞ്ഞതു പോലെ
എന്നിൽ നിറയുവാനെന്തോ മഴ_
യുള്ളിൽപ്പൊഴിഞ്ഞതു പോലെ
എന്നെത്തഴുകുവാനെന്തോ കാറ്റ_
ുള്ളിൽപ്പിടഞ്ഞതു പോലെ
എന്നിൽത്തുടിക്കുന്നതെന്തോ പ്രേമ_
മുള്ളിൽ നിൻ സങ്കടം പോലെ.
എന്നിലെ ശ്വാസവേഗങ്ങൾ പാട്ടു_
മുള്ളിലെൻ നീയെന്ന പോലെ.

ദളം: 122

പണ്ടു നീപുസ്തക_
ത്താളിലായ്ക്കാത്തൊരാ_
വർണമയിൽപ്പീലി
കണ്ടില്ലൊരാകാശം.
ഇന്നുമെനിക്കില്ല_
യത്ഭുതം നീയതെൻ
മുന്നിൽത്തുറക്കവെ
കണ്ടില്ലതുപെറ്റ
കുഞ്ഞുങ്ങളെങ്കിലും.
എന്നാലുമെൻ സഖേ
നിൻ കരൾത്താളിലായ്
വെച്ചുമറന്ന
പ്രണയമയിൽത്തൂവൽ
കണ്ടിരിക്കില്ലൊ_
രാകാശവും
പൂത്തില്ലതിൽ
നൂറുപൂക്കളും
വേദന തേനറ_
യൊന്നും തുറക്കില്ല_
യെങ്കിലും
ഇപ്പോഴുമുണ്ടെന്ന
തോന്നലിലെന്മനം
എത്രയുദാസീന_
മാണെന്നറികിലും
കാലമുറുമ്പാ_
യരിച്ചതിൻ ബാക്കിയിൽ
കാണുമോ ശേഷിക്കു_
മിത്തിരിപ്പൊട്ടുകൾ?

ദളം: 123

രാവിലെ ചായക്കപ്പിൽ
പ്രണയം പകർന്നു നീ
തൊടിയിലാകെയപ്പോൾ
വെയിലിൻ പ്രണയമായ്.

ചുണ്ടോടു ചേർക്കും ചായ-
ക്കെന്തൊരു മധുരമായ്
കണ്ണിൽ നിൻ കണ്ണ്തൊട്ടപ്പോ_
ളാത്മാവും പ്രണയമായ്.

വഴിയിൽ നിഴലുകൾ
പിണയും പ്രണയമായ്
മൊഴിയിൽ കുയിലീണം
വഴിയും പ്രണയമായ്

പാടുവാനാവാതാരോ
നെഞ്ചിലും പ്രണയമായ്
നേരിടാനാവാതെന്റെ
ജീവനും പ്രണയമായ്

പ്രണയമൊരുദിന_
മിത്രമേലുന്മാദിയായ്
നിറയുമ്പോഴേ കാണാ
മൃതിയും പ്രണയമായ്.

ദളം: 124

വെളിച്ചക്കുറവുണ്ട്
മുറിയി,ലെന്നാൽ വെയിൽ
നിറയെപ്പരന്നതാ_
യുരുകും പകലതിൽ
മുഖവും കുനിച്ച നീ
നിന്നൊരാ നിഴൽപ്പാടിൽ
മറഞ്ഞ കണ്ണാടിയിൽ
ഞാനുറ്റു നോക്കി നിന്നെ.

കണ്ടതോ തിളങ്ങുന്ന
കണ്ണിലെൻ കണ്ണിൽ പകൽ.
കൊണ്ടതോ കാണാത്ത പോൽ
പാളിയ നിലാച്ചിരി.
പകുതി തുറന്നിട്ട
ജനലിൻ വിജാഗിരി
കണക്കെ കാറ്റിൽച്ചാഞ്ഞ
മാങ്കൊമ്പിൻ നാണച്ചിരി.
ചോദ്യങ്ങളില്ലാതെ നാം
കോർത്തതാം സ്മേരങ്ങളിൽ
കാത്തു ജീവിതം നിഴൽ
ചായുമീ യാമം വരെ.

എങ്കിലും കാണാതെ ഞാൻ
പോയതെന്താവാം നിന്റെ
മുൻശുണ്ഠിമൂക്കും മൂക്കിൽ
മൂക്കുത്തിമറുകിനെ?

അതുപോലെന്നുള്ളിലും
കണ്ടതായുണ്ടാവില്ലേ
കവിത കുടഞ്ഞിട്ട
കരിയും തീക്കട്ടയും?

ദളം: 125

നീയെന്നെത്തൊട്ടു വായിച്ചൊ-
രാകാശത്തിന്റെ നീലിമ.
നീയെന്നെക്കണ്ടു വായിച്ച
ഭൂമി തൻ രാഗധന്യത.
നാം നമ്മിൽച്ചേർന്നു വായിക്കാം
കാലത്തിന്റെയനന്തത.

പരാഗങ്ങൾ

1

ഒരു തീയുണ്ടാമെന്നിൽ
ഒരു തീയുണ്ടേ നിന്നിൽ
തീയും തീയും പുണരുമ്പോഴേ
കുളിരായ് മാറുവതെന്താവാം?

2

എന്നിൽ
നിറഞ്ഞതിനോളം
നീ
നിന്നിലൊതുങ്ങിയിട്ടില്ല.

3

ഒരു രാവിനാൽ നീ
ചുംബിച്ചതത്രയും
ഒരു പകലോളവും
ദീർഘനിശ്വാസമായ്.

4

നിന്നിലേക്കുള്ള
പാതകളത്രയും
പൊള്ളി നീറുന്ന-
തെന്തിനെൻ ജീവനിൽ?

5

നിന്റെ നോട്ടത്തിൻ മിന്ന-
ലൊന്നു തൊട്ടതേയുള്ളൂ
ഭസ്മാന്തമെരിഞ്ഞു ഞാൻ.

6

നിന്റെയുറക്കത്തിൽനിന്നു
എന്റെയുറക്കത്തിലേക്കു
പറന്നെത്തുന്ന സ്വപ്നമേതാവും?

7

കാണുമോ കാണുമോ
എന്നൊരേ ശങ്കയിൽ
കാണാതിരുന്നതാ-
ണെത്രകാലം!

8

നിന്നിൽ ഭ്രമിച്ച
കരിഞ്ഞതാമീയലിൻ
ജന്മമാ-
ണെന്തൊരു ജന്മം!

9

ഒറ്റച്ചിറകുമാ-
യെപ്പോഴും നിന്നിലേ-
ക്കെറ്റിപ്പറന്നു
കുഴഞ്ഞതെൻ ജീവിതം.

10

കണ്ണിലെണ്ണ-
യൊഴിച്ചു കാക്കുന്നു ഞാൻ
വെണ്ണിലാവാകും നിന്നെ-
യെൻ ജീവനേ!

11

എനിക്കെന്നിൽ നിന്നും
എടുത്തുമാറ്റാനാവാതായ്

നീയൊട്ടിപ്പിടിക്കയാൽ.

12

നിന്നെ ഞാനറിയുവോളം
അറിഞ്ഞില്ല എന്നെയിത്രനാൾ.
നീയെന്നിൽ നിറയുവോളം
അറിഞ്ഞില്ല ലോകമിത്രനാൾ.

13

എനിക്കിനിയും
എഴുതാനായിട്ടില്ലാത്ത
ഏക വാരിയാണ് നീ.

14

ശലഭങ്ങളാവുമെൻ
ചുംബനമത്രയും
ദളപുടമെന്നായി
നിൻ ചുണ്ടിലങ്ങനെ.

15

ഞാനെന്നിലെന്നോ
കുഴിച്ചിട്ടു മറന്ന
മൈനായതെങ്ങനെ നീ?

16

എത്രകാലം വൃഥാ
സൂക്ഷിക്കാനാവുമെൻ
പ്രണയമാം ഫ്രീസറിൽ നിന്നെ?

17

പ്രണയമെന്ന നിൻറെ
ഇൻസ്റ്റലേഷനാണ
ഞാൻ.

18

ഞാനെഴുതുന്നുണ്ടെന്നിൽ
നിന്നെയെത്രകാലമായ്.
വായിക്കാനാവാതുള്ളിൽ
വിങ്ങിനിൽക്കുന്നതെന്തു നീ?

19

നദി തന്നാഴത്തിൽ
മുഖം മിനുക്കുന്ന
നിലാവായ്
നീയെന്നിൽ.

20

ഒരു നോട്ടത്തിന്റെ-
യിരു കരകൾ നാം,
മുറിച്ചു നീന്തുവാ-
നരുതാതിങ്ങനെ.

21

നിലാവാണത്രെ
കാമുകർക്കു വെയിൽ.
ഞാനൊരു നല്ല കാമുകനല്ല.

22

സ്വപ്നത്തിലാരോ
ചുംബിച്ചെന്നു നീ-
യുണർവിലും
കൊക്കുകളുരുമ്മുന്നു

23

നിൻ വിരൽത്തുമ്പിലൊന്ന്
തൊട്ടുപോയതേയുള്ളൂ,
എന്തെൻ ചങ്കിടിപ്പിലും നീയോ?

24

ഇഷ്ടവരികളെഴുതേണ-
മെന്നു നീ.
നഷ്ടവരികളാ-
യെല്ലാമെനിക്കിനി.

25

എഴുതി ഞാനെന്നെ
നിനക്ക് നൽകുകിൽ
എഴുതാനാവാത്ത
വരികളാകുമോ?

26

വാക്കുകൾക്കുള്ളിൽ രാഗം
വിങ്ങുകയാവാം,നിന്റെ
വാക്കലിഞ്ഞെന്നിൽ മഴ-
ത്തുള്ളികളടരുന്നു.

27

നീ നടന്ന വഴിയെല്ലാം
പുല്ലെന്നവഗണിച്ച ഞാൻ.
നീ നടന്ന വഴിയിപ്പോൾ
പൂ വിടർത്തിയതെങ്ങനെ?

28

ഭാഷയില്ലാഞ്ഞു പ്രണയത്തെ
പാട്ടിലാക്കി നടന്നു ഞാൻ.
പാട്ടിലായ നീയെന്നെ
ഭാഷയാക്കുവതെങ്ങനെ?

29

കവിതയിലൊരു വാക്കും
ഒരു വാക്കല്ല.
പ്രണയത്തിലൊരു നോക്കും
ഒരു നോക്കല്ല.

30

പുതുമഴ
ചെയ്തതെന്താവും
ഈ മുല്ലക്കൊടിയെ,
ഉടലത്രയും പൂവായല്ലോ!

31

കാണുന്ന മന്ദിരങ്ങളെല്ലാം
താജ്മഹലാക്കുന്ന
ഏതൊരു കുഴമ്പാണ്
നീയെന്റെ കണ്ണിലൊഴിച്ചത്?

32

നീയെന്നെ സ്നേഹിക്കുന്നു
എന്നറിയുമ്പോഴാണ്
ഞാനെന്നെ അഗാധമായി
സ്നേഹിച്ചുപോകുന്നത്.

33

ചോര ചോരയെ
തിരിച്ചറിഞ്ഞില്ലെങ്കിലും
പ്രണയം പ്രണയത്തെ
തിരിച്ചറിയും.

34

സ്വപ്നത്തിലാരോ
ചുംബിച്ചെന്നു നീ-
യുണർവിലും
കൊക്കുകളുരുമ്മുന്നു.

35

പറിച്ചെടുക്കട്ടെ
പകലുകൾ,നിൻറെ
പളുങ്കുപാത്രത്തിൽ
നിറയ്ക്കുവാനെന്നെ.

36

എന്നെ കെട്ടുപൊട്ടിക്കുന്ന
നിന്നിലെ കെട്ടുപാട്ടുകൾ
നിന്നിലഴിഞ്ഞു പോകുന്ന
എന്നിലെ കെട്ടായ്മകൾ.

37

നിന്നിലേക്കുള്ള
പാതകളത്രയും
പൊള്ളിനീറുന്ന-
തെന്തിനെൻ ജീവനിൽ?

38

ഉപ്പിലിട്ടതെ-
ന്നെന്തിനാണെന്നെ നീ
തൊട്ടു നക്കി
രസിക്കുന്നതെപ്പോഴും?

39

കുടത്തിലാരെ ഞാ-
നടച്ചിരിക്കുന്നു,
കുടമുടച്ചാലും
കുതറാതങ്ങനെ?

40

മഞ്ഞുതുള്ളിയിൽ
നിലാവ്
ചെയ്യുന്നതെന്താവും?

41

മുറിവുകൾ
അവശേഷിപ്പിക്കും
വട്ടക്കളാകും
ഒരു മറവിക്കും
രഹസ്യമല്ലാത്തവ.

42

അറ്റ നോട്ടത്തെയേച്ച
കെട്ടുവാനാവാതെന്നും
ചുറ്റഴിഞ്ഞൊരു പട്ട-
മായിതോ നീയും ഞാനും?

43

പാട്ടിനാലാവുമെനിക്ക്
നിന്നെത്തൊടാൻ.

44

മുള്ളു വാക്കു കൊണ്ടന്നെന്നെ
മുല്ല മൊട്ടാക്കി മാറ്റവെ
മെല്ലെ മെല്ലെ വിടർന്നല്ലോ
മുള്ളിൽ ചോരക്കിനാവുകൾ.

45

ഒളിഞ്ഞു നോട്ടത്തിന്റെ
ഇമയിൽപ്പെട്ടു പോയി നീ.
കുടഞ്ഞാൽപ്പോകുമെന്നോർത്തു
തല കുടഞ്ഞതാണ് ഞാൻ.
അതിനർത്ഥമെന്തെന്നു നീ
കണ്ണു ചോപ്പിച്ചതെന്തിനായ്?

46

ഞാനിത്തിരി
നീയിത്തിരി
നമ്മളാകണമൊത്തിരി.

47

പറഞ്ഞു പറഞ്ഞെല്ലാം
പാട്ടിലാക്കിയതാണ് നീ.
പിരിഞ്ഞു പിരിഞ്ഞൊന്നായ്
റാട്ടിലെന്നതു പോലെയായ്.

48

എത്രമേൽ ചതുരനെ_
ന്നാളുകൾ വാഴ്ത്തീടിലും
അത്രയും നിൻ വട്ടത്തി_
ലായതാ,ണെന്നത്ഭുതം.

49

ഇലകളൊക്കെയും
കൊഴിഞ്ഞൊരു കാട്ടു-
മരത്തിൻ ചില്ലയിൽ
വിടർന്നൊരു മൊട്ടിൻ
നിതാന്ത വേദന
പെരുകി നമ്മിലും.

50

ഇടയ്ക്കൊരാശ്ലേഷം
പകർന്ന തെന്നലേ
ഇടചിക്കുന്നു നീ
അവൾ തൻ വേണിയിൽ
പകരുമോ എന്റെ
യുടലിൻ തീമണം?

51

ഒരു മെഴുതിരി-
യുരുകിത്തീരുന്നു.
അറിഞ്ഞതേയില്ല
അവളാണെന്നുള്ളിൽ.

52

ഉള്ളിലൊരു പൂവിരിഞ്ഞു.
നുള്ളുവാൻ നീ വന്നു നിന്നു.
മുള്ളതിൽ കോറി മുറിഞ്ഞു.

53

ചിലരെഴുതും
കവിത വാക്കിനാൽ
ചിലരോ നോക്കിനാൽ
ചിലരതിഗൂഢം സ്പർശത്താൽ,
ഇതിലേത് കാവ്യം?

54

പ്രണയം പൂനിലാവെങ്കിൽ
ചിതയും പൂനിലാവെന്ന
നിന്നോടൊപ്പം ഞാനുമെരിയും

55

മുള്ളുള്ള പൂവാണ നീയെ_
ന്നുള്ളൊരു സങ്കടം നെഞ്ചിൽ
പൊള്ളുന്ന പ്രേമമാസ്ത്തീർന്നു.
ഉള്ളായിരുന്നോ പ്രണയം?അതോ
മുള്ളായിരുന്നോ പ്രണയം?വെറും
പൊള്ളായിരുന്നോ പ്രണയം?

56

നീയൊരു നിലാപ്പൂവ്
ഞാനതിൽ നിഴൽ വണ്ട്
അത്രമേൽ സാങ്കൽപ്പികം
നമ്മിലെയുടലുകൾ

57

പ്രണയമുണ്ടാകുവാ_
നെന്തു തോന്നണം?
പ്രണയമില്ലാതെ_
യായെന്നു തോന്നണം.
പ്രണയമില്ലെന്ന_
തെങ്ങനെ തോന്നണം?
പ്രണയമുണ്ടായി_
രുന്നെന്നു തോന്നണം.

58

നിന്നെക്കാണും
കണ്ണാണോ ഞാൻ
സ്വപ്നം കാണും
കണ്ണ്?

59

നീ പൂരിപ്പിക്കാതെ വിട്ട
ഒരപേക്ഷയാണ് ഞാൻ

60

ഞാനൊലിച്ച പടരുന്തോറും
നീയൊരൊപ്പുതുണിയായി
ഒപ്പിയെടുക്കുകയല്ലോ

61

ഞാൻ
കവിഞ്ഞൊഴുകാനായി
നീയെന്നിൽ
പെയ്തിറങ്ങുമോ?

62

എന്റെയുള്ളിലെ
മീൻചാട്ടത്തിൽ
നിൻ പ്രളയം.

63

എന്നൊച്ച
നിന്നൊച്ചയിലലിയും
സിംഫണിയാണെൻ
സ്വപ്നം.

64

ഇനിയുമെന്നെ ഞാൻ
എഴുതിത്തീർന്നില്ല
മുഴുവനായും നീ
അറിഞ്ഞതെങ്ങനെ?

65

നിന്നോടെനിക്കുള്ള ലഹരിയത്രയും
സ്വപ്നക്കുടത്തിലാക്കി കുഴിച്ചിട്ടിട്ടുണ്ട്
മനസ്സിനാഴത്തിൽ,
പഴകുന്തോറും കൂടുമത്രേ
വീര്യം.

66

പ്രണയിക്കുന്നെങ്കിൽ
പൂക്കളാകണമെന്ന്
നീ പറഞ്ഞു.
നമ്മൾ പൂക്കളാൽ പ്രണയിച്ച
പൂക്കാലമായി.

67

ഉപ്പിട്ടുണക്കി വെക്കുന്നുണ്ട്
നിന്നെ.
ഏതു വറുതിക്കും
തൊട്ടുകൂട്ടാൻ.

68

കണ്ടുമുട്ടും മുൻപ്
നീ നീയും ഞാൻ ഞാനുമായിരുന്നു
കണ്ടുമുട്ടിയതില്പിന്നെ
ഞാൻ നീയും നീ ഞാനുമായതെങ്ങനെ?

69

പരസ്പരം മിണ്ടാതിരുന്നപ്പോഴാണ്
നാമധികം സംസാരിച്ചത്
പരസ്പരം വെറുത്തപ്പോഴാണ്
നാമത്രയും പ്രണയാധീനരായത്

70

നീ മിന്നലായി
എന്നെ ഇക്കിളിപ്പെടുത്തി
ഞാനോ പൊട്ടിച്ചിരിച്ചത്
ഇടിമുഴക്കമായി

71

നഗ്നനാകുമെന്നോർത്തു
ഞാൻ പ്രണയത്തെ വെറുത്തു
നഗ്നയാകുവാനായി
നീ പ്രണയത്തിലായി

72

നീയില്ലാതാവുമ്പോൾ
ഏകാന്തതയും തീർച്ചയായും
ഏകാന്തമാവും.

73

പ്രണയികൾക്കു നിലാവിനെ
കോരിക്കുടിക്കാനാവുമെന്നു
നീ.
ഞാൻ ശ്രമിച്ചിട്ടില്ല
പരാജയപ്പെട്ടാലോ?

74

പൂക്കളെ സ്നേഹിക്കുന്നുണ്ട്
എന്നുവച്ച് പൂ പറിക്കാതിരിക്കാമോ?

75

നീയെനിക്കേകിയ നോട്ടം
ഏതു ഭാഷയിലായിരുന്നു?
നമ്മുടെ പൊതുഭാഷയിലേക്ക്
വിവർത്തനം ചെയ്യാനാവാതെ
വലഞ്ഞുപോയി ഞാൻ.

www.ingramcontent.com/pod-product-compliance
Lightning Source LLC
LaVergne TN
LVHW090351051026
849518LV00006B/2112
* 9 7 8 9 3 5 5 1 7 0 1 6 3 *